தமிழ்மக்கள் நன்கறிந்த எழுத்தாளரான பேராசிரியர் அ.மார்க்ஸ் கவனம் கொள்ளும் துறைகளில் ஒன்று பவுத்தம். இந்திய வைதிக மதங்கள் முன்வைத்த பக்தி, வேள்வி, இறை, ஆன்மா, வருணம், தீண்டாமை முதலான கருத்தாக்கங்களை எல்லாம் மறுத்து எழுந்த மதமான பவுத்தம் குறித்துத் தீராக் காதல்கொண்ட அவருடைய இந்த நூல் பவுத்த அறிஞர்களால் பெரிதும் பாராட்டப்பட்ட ஒன்று. தமிழ்நாடு பவுத்த சங்கத்துடன் இணைந்து செயல்படும் அவர், தமிழ் பவுத்தத்தின் தனித்துவம் குறித்த ஆய்விலும் தற்போது ஈடுபட்டுள்ளார். தமிழ் பவுத்தப் பெருங் காப்பியமான மணிமேகலை குறித்த அவருடைய விரிவான ஆய்வு விரைவில் தனி நூலாக வர உள்ளது.

புத்தம் சரணம்

அ. மார்க்ஸ்

அடையாளம்

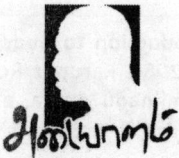

முதல் அடையாளம் பதிப்பு 2018
© அ. மார்க்ஸ்
வெளியீடு: அடையாளம், 1205/1 கருப்பூர் சாலை, புத்தாநத்தம் 621310, திருச்சி மாவட்டம், இந்தியா, தொலைபேசி: 04332 273444
நூல் வடிவம்: த பாபிரஸ், அச்சாக்கம்: அடையாளம் பிரஸ், இந்தியா
ISBN 978 81 7720 284 7
விலை: ₹ 110

> *Butham saranam* is an introduction to Buddhism in Tamil by A. Marx, Published by Adaiyaalam, 1205/1 Karupur Road, Puthanatham 621310, Thiruchirappalli District, Tamilnadu, India, email: info@adaiyaalam.net

புத்தனிடம்
என்னை ஆட்படுத்திய
சுகன் கனகசபைக்கு

பொருளடக்கம்

	மூன்றாம் பதிப்பின் முன்னுரை	ix
	இரண்டாம் பதிப்பின் முன்னுரை	xii
	முதலாம் பதிப்பின் முன்னுரை	xix
1	மாற்று நெறியுரைத்த மாதவன்	1
2	பவுத்தமும் கொல்லாமையும்	6
3	புத்தர் காலக் கங்கைச் சமவெளி	12
4	பார்ப்பன அரசும் பவுத்த அரசும்	20
5	சிரமணம்: ஒரு எதிர்க் கலாச்சார இயக்கம்	27
6	கோதமன் பிறந்தான்	32
7	நான்கு தரிசனங்கள்	36
8	போரை மறுத்த சாக்கிய சிம்மம்	40
9	சித்தார்த்த கோதமர் பகவன் புத்தரானார்	45
10	உருளத் தொடங்கிய தருமச் சக்கரம்	50
11	கூடை கூடையாய்க் கருத்துரைகள்	56
12	யார் தீண்டத்தகாதவர்?	61
13	சாதியில்லாச் சங்கம்	67
14	சங்கம் செய்த சமரசங்கள்	72
15	அனாத்மவாதம்: பார்ப்பனியம் இறைமயப்படுத்தியதை...	78
16	கருணையால் உலகு தழுவும் அன்புநெறி	82
17	எந்நேரமும் ஒளிர்ந்தவர் இயற்கை எய்தினார்	87

18	அறம் தழைக்க எழுந்த அன்புநெறி	93
19	புத்தம் சரணம்	97
	பின்னுரை	103
	கலைச்சொற்கள்	107
	உசாத்துணை	121

மூன்றாம் பதிப்பின் முன்னுரை

நான் மிகவும் ஈடுபட்டு எழுதிய நூல்களில் ஒன்று இது. இதன் மூன்றாம் பதிப்பு வெளிவருவதில் மிக்க மகிழ்ச்சி அடைகிறேன். *மக்கள் களம்* இதழில் தொடர்கட்டுரையாக வெளிவந்ததைத் தொடர்ந்து இதன் முதல் பதிப்பு வெளிவந்தது. பெரிதும் வரவேற்பிற்குள்ளான இந்நூலை வாசித்த 'தமிழ்நாடு பௌத்த சங்க'த்தினர் அதன் இரண்டாம் பதிப்பை வெளியிட விரும்பினர். அதன் முகப்புரையில் அவர்கள்,

> இதுகாறும் பௌத்தம் பற்றி அறிமுகம் இல்லாமல் அதைப் பற்றிப் புதிதாகத் தெரிந்துகொள்ள விரும்புபவர்களுக்கும், ஏற்கனவே பௌத்த அறிமுகம் பெற்று அதைப்பற்றி மேற்கொண்டு ஆராய்ச்சி செய்ய விரும்புபவர்களுக்கும்—இருசாரருக்கும் இந்நூல் பயனுள்ளதாக இருக்கும். இருபதாம் நூற்றாண்டின் முற்பகுதியில் இந்த நாட்டில் பௌத்த தம்மத்தை மீட்டெடுத்துக் காட்டுவதில் முன்னணியில் இருந்தவரும், அண்ணல் பாபா சாகேப் அம்பேத்கர் அவர்களாலேயே தனது முன்னோடி எனப் போற்றப்பட்டவருமான திரு. இலட்சுமி நரசு அவர்களின் *What is Buddhism* மற்றும் *The Essence of Buddhism* ஆகிய நூல்களுக்கு இணையானதாக இந்த நூலை நாங்கள் கருதுகிறோம். ஆகவே இந்த நூலின் இரண்டாம் பதிப்பை வெளியிடுவதை ஒரு சிறந்த தம்மப் பணியாகவே பாவித்துப் பெருமை கொள்கிறோம். பெருமகிழ்ச்சி அடைகிறோம்

என இந்த நூல் வெளியீட்டை ஒரு சிறந்த தம்மப் பணியாக நினைத்து மேற்கொள்வதாக அவர்கள் எழுதியிருந்ததை வாசித்த போது என் கண்கள் பனித்தன. புத்த பகவன் உரைத்த அற நெறியைப் பரப்புவதற்கெனத் தம் வாழ்வை அர்ப்பணித்துள்ள பெரியவரும் பவுத்தவியல் அறிஞருமான ஓ.ரா.ந. கிருஷ்ணன் அவர்கள் அதற்கொரு சிறந்த அணிந்துரையும் எழுதியிருந்தார்.

இதற்கிடையில் இலங்கையில் ஒரு நண்பர் இதை சிங்கள மொழியில் பெயர்க்க விரும்ப, பாரிசில் வசிக்கும் என் அன்பிற்குரிய நண்பரும் பவுத்தத்தை ஏற்றவருமான சுகன் கனகசபையின் முயற்சியில் அந்நூல் சிங்களத்திலும் பெயர்க்கப்பட்டது.

பவுத்தம் உலகின் தொல் மதங்களில் ஒன்று. கிறிஸ்துவுக்குச் சுமார் அருநூறு ஆண்டுகளுக்கு முந்தியது. பவுத்தத்தை அறிந்த யாரும் அதை ஒரு மதம் என்பதைக் காட்டிலும் ஒரு அறம் சார்ந்த வாழ்க்கை நெறி என்பர். ஞான மூர்த்தியாம் புத்தபகவன் தன் வாழ்நாள் முழுமையும் மக்களைத்தேடித் தேடிச் சென்று அறம் உரைத்தவர். மக்கள் மத்தியில் அவர் நிகழ்த்திய உரையாடல்களில் தேர்ந்தெடுக்கப்பட்டவற்றை மட்டுமே ரைஸ் டேவிஸ் நான்கு தொகுப்புகளாகத் தொகுத்துள்ளார். பவுத்த அளவை இயல் குறித்த அறிஞர் ஷெர்பாட்ஸ்கியில் நூல் மட்டும் 'இரு பெருந் தொகுப்புகளாக உள்ளன. பவுத்தத்தின் அடிப்படை நூல்கள் தவிர புத்தருக்குப்பின் உருவான தத்துவ வளர்ச்சிகள் ஏராளமான தொகுப்புகளாக இன்று நமக்குக் கிடைகின்றன. இவற்றில் பல ஆங்கிலத்தில் பெயர்க்கப்பட்டுள்ளன. இவை தவிர சென்ற இரு நூற்றாண்டுகளில் ஏற்பட்ட பவுத்தம் குறித்த விழிப்புணர்வின் ஊடாக பல நூறு முக்கிய நூல்கள் ஆங்கிலத்திலும் எழுதப்பட்டன.

பவுத்த சிந்தனைகளை நம் சங்க இலக்கியங்களிலேயே காண முடிகிறது.

*4, 5*ஆம் நூற்றாண்டுகளில் காஞ்சியை மையமாக வைத்து மிகப் பெரிய தத்துவ விவாதங்களும் அதனூடான, புதிய பிரிவுகளும் பவுத்தத்தில் உருவாயின. இந்தப் பின்னணியில் மலர்ந்தது தான் தமிழின் மகா காவியங்களில் ஒன்றான *மணிமேகலை*. அழிந்தது போகாமல் எஞ்சியவற்றில் இன்னொரு முக்கிய நூல் *வீர சோழியம்*. இவற்றை அடிப்படையாகக் கொண்டு ஆனி மோனியஸ் முதலானோர் 'தமிழ் பவுத்தம்' எனும் கருத்தாக்கத்தையும் இன்று முன்வைக்கின்றனர்.

எதற்கு இத்தனையும் சொல்கிறேன் எனில் கடலென விரிந்து நம்முன் பிரமிப்பை விளைவித்து நிற்கும் பவுத்தத்தை அறிய நமக்கு ஏராளமான வாய்ப்புகளும் வாயில்களும் திறந்து கிடக்கின்றன. ஏதொன்றையும் பற்றிப் பிடித்து அத்துடனேயே

முடங்கிக் கிடந்துவிடாமல் புத்தம் உரைக்கும் அறநெறிப் பாதையைக் கண்டடைந்து அதன்வழி செல்ல நாம் விரிவாகப் படிக்க வேண்டும். ஆழமாகச் சிந்திக்க வேண்டும்.

கடவுளை மறுத்த பௌத்தத்தையே கடவுள் வழிபாட்டுக்குள் கொண்டுவரச் செய்யப்பட்ட சதிதான் மகாயன பவுத்தமாக உருப்பெற்றது என்பன போன்ற கருத்தாக்கங்களிலும்கூட நாம் முடங்கிவிடக் கூடாது. உலகெங்கிலும் மதம் என்பது மனித சமூக வாழ்வின் பிரிக்க இயலாத ஒரு அங்கமாக ஆன நிலையில் பவுத்தமும் அந்த விதியிலிருந்து தப்ப இயலாமற் போனது மிகவும் இயற்கையாய் நிகழ்ந்த ஒன்று.

இந்நூலுக்கு ஒரு இரண்டாம் பாகம் எழுத வேண்டும் என்கிற என் விருப்பு இன்னும் அகலவில்லை. களப் பணிகளைச் சற்றே ஒதுக்கி வைத்துவிட்டுத்தான் இந்த எண்ணங்களைச் செயலாக வேண்டும்.

இந்த மூன்றாம் பதிப்பை வெளியிடும் அடையாளம் பதிப்புக் குழுவினருக்கு என் நன்றிகள்.

அ.மார்க்ஸ்

ஜனவரி 31, 2017
கும்பகோணம்

இரண்டாம் பதிப்பின் முன்னுரை
தமிழ்ப் பவுத்தம் பற்றி ஒரு குறிப்பு

தமிழ்நாடு பவுத்த சங்கத்தின் சார்பாக இந்நூலின் இரண்டாம் பதிப்பு வெளிவருவதில் பெருமகிழ்ச்சி அடைகிறேன். தமிழகத்தில் பவுத்தத்திற்கு ஒரு நீண்ட பாரம்பரியம் உண்டு, காலத்தால் அழியாது நிற்கும் *மணிமேகலை, வீரசோழியம்* தவிர நமக்குக் கிடைக்கும் ஏராளமான பிற வரலாற்று ஆதாரங்கள், அவ்வப் போது தமிழகமெங்கும் கிடைக்கும் புத்தச் சின்னங்கள் இதற்குச் சான்று.

கி.பி 5, 6ஆம் நூற்றாண்டுகளில் பாலி பவுத்தத்தின் மையமாக விளங்கியது காஞ்சீபுரம். இங்கு நடைபெற்ற விவாதங்கள், உருவான அற்புதமான அளவையியல் நூல்கள், கிளைத்த பவுத்த இயக்கங்கள் ஆகியன தமிழகத்தை உலகளாவிய பவுத்தத் திலிருந்து பிரிக்க இயலாததாக ஆக்குகின்றன.

தமிழகத்தில் 19,20ஆம் நூற்றாண்டுகளில் நிகழ்ந்த பவுத்தப் புத்துருவாக்கத்தில் அயோத்திதாசர், அண்ணல் அம்பேத்கர் அவர்களுக்கே பவுத்தத்தில் ஆர்வம் ஏற்படுத்திய அறிஞர் லட்சுமி நரசு, அநகாரிக தர்மபாலா, கர்னல் ஆல்காட், மேடம் ப்ளாவட்ஸ்கி, அறிஞர் சிங்காரவேலர், தந்தை பெரியார், ஜி. அப்பாதுரையார் ஆகியோர் ஆற்றிய பங்கு முக்கியமானது.

'தமிழ் நாட்டில் பவுத்தம்' என்கிற தலைப்பில் ஆய்வு செய்துள்ள ஷ ூ ஹிகோசாகா *சிலப்பதிகாரம், மணிமேகலை* ஆகிய இரு காப்பியங்களில் மட்டும் இவ்வாறு பாலி பவுத்தத்திலிருந்து பயிலப்பட்டுள்ள ஏராளமான சொற்களைச் சுட்டிக்காட்டுகிறார். அத்தம் (அத்த), அமைச்சர், அமுத(ம்), கன்மம், கிரியை, கோமுகி, சக்கரவாள (கோட்டம்), சேதியம், ஞான, திட்டி (தித்தி / த்ருஷ்டி),

தூபம், தீபம், தீவு, தன்மம் (தம்மா), பாக்கம், பவழம், பாழி, இலக்கணம், பீடிகை, மண்டபம், விகாரம் (விஹார) என இப்படி நிறையச் சொல்லலாம்.

ஏராளமான தமிழ்ச் சொற்கள் பாலி பவுத்தத்திலிருந்து தமிழுக்குக் கொடையளிக்கப்பட்டுள்ளன. மணிமேகலை மற்றும் வீர சோழியத்தை அடிப்படையாகக் கொண்டு தமிழ்ப் பவுத்தம் குறித்து ஆய்வு செய்யும் நவீனதமிழ் ஆய்வாளர் ஆனி ஈமோனியஸ், மொழி, நாட்டெல்லை இவற்றை எல்லாம் தாண்டிய, தென் இந்தியாவிலிருந்து சாவகம் (ஜாவா) உள்ளிட்ட தென்கிழக்காசியா வரை பரவி இருந்த ஒருபவுத்த சமூகத்தை (religious society) மணிமேகலைக் காப்பியம் கற்பிதம் செய்வதை விரித்துரைக் கிறார். அன்றைய பவுத்த மையமான காஞ்சீபுரத்திற்கும் சாவகத் திற்கும் உள்ள தொடர்பை ஜாவானியக் காவியமான 'நாகராத் கிருதாகமா' (14ஆம் நூ.) குறிப்பிடுகிறது. புத்தாதித்யா எனும் பவுத்தத் துறவி ஆறு பவுத்தத் துறவி மடங்கள் உள்ள 'காஞ்சிபுரி' யிலிருந்து வந்ததாக அதில் கூறப்படுகிறது. கடற்கடவுளான மணி மேகலா தெய்வ வணக்கம் கன்னியாகுமரி முனையிலிருந்து எல்லோரோடாவரை பரவி இருந்ததாக சில்வியன் லெவி பல ஆண்டுகட்கு முன்னே சுட்டிக் காட்டியதையும் மோனியஸ் குறிப்பிடுகிறார். அகத்தியர் குறித்த நம்பிக்கைகளிலும் இரு நாடுகளுக்கிடையேயும் ஒரு பொதுமை உண்டு, 11ஆம் நூற்றாண்டு ஜாவானிய படைப்பொன்றின் பெயர் 'அகஸ்த்ய பர்வ.'

அகஸ்தியரின் உறைவிடமான பொதிகை மலைதான் மஹாயன நூற்களில் அவலோகிதீஸ்வர போதி சத்துவரின் உறைவிடமாகக் குறிப்பிடப்படும் 'பொடாலக்கா மலை' என்கிறார் ஷூ ஹிகோ சாகா. 'பொதியில்' எனும் பொதிகையின் முந்தைய இலக்கிய விளிப்பு 'போதி இல்' என்பதிலிருந்து உருவாகி இருக்கலாம். கன்னியாகுமரி மாவட்டத்தில் தற்போது தேரூர் (தேரன் ஊர் என ஆவணங்களில் குறிப்பிடப்படுவது) எனும் ஊரில் சைவக் கடவுள் என வணங்கப்படும் இளைய நயினார் கோவிலில் உள்ள விக்ரஹம் அவலோகிதீஸ்வரர்தான் என்கிறார் ஹிகோசாகா. மறைந்த புத்தருக்கும் இனி எதிர்காலத்தில் தோன்றப் போகும் மைத்ரேய புத்தருக்கும் இடையில் உள்ள போதி சத்துவராக மஹாயனப் பவுத்தம் பின்பற்றப்படும் நாடுகளில் பெரிய அளவில் வணங்கப்படுபவர்தான் அவலோகிதீஸ்வரர்.

இவ்வாறு உலகளாவிய பவுத்தத்திலிருந்து தமிழ்ப் பவுத்தம் எவ்வகையிலும்பிரிக்க இயலாதவாறு பின்னிப் பிணைந்துள்ளது கண்கூடு. இன்று இங்கு பவுத்தம் நசிந்து போனாலும் அது செழித்திருந்த மையங்களில் ஒன்றாகத் தமிழகம் இருந்துள்ளது.

இப்படி உலக அளவிலான பவுத்தத்துடன் ஊடுபாவாய்ப் பிணைந்திருந்தபோதும் தமிழ்ப் பவுத்தத்திற்கு அதற்குரிய தனித்துவமான அடையாளங்களும் உண்டு. இஸ்லாம், கிறிஸ்தவம், பவுத்தம் முதலான பரவுதற்குரிய, பரப்பப்படக்கூடிய (proselytizing) மதங்கள் எதுவும் அவ்வப்பகுதிகளின் தனித்துவமான கலாச்சாரங்களுக்குத் தம்மைத் தகவமைத்துக் கொண்டதாகத்தான் (nativization) இருக்க இயலும். இவ்வகையில் பீட்டர் ஷால்க் முதலானோர் சமீபமாகச் சுட்டிக்காட்டியுள்ள ஒன்று இங்கே கருதத்தக்கது.

தற்போது பாங்காக் (தாய்லாந்து) நகரில் வாட் பெஞ்சோ என்னுமிடத்திலுள்ள விகாரையில் அமைந்துள்ள அழகிய புத்தர் சிலை யாழ்ப்பாணம் வடமராட்சி பகுதியிலுள்ள வல்லிபுரத்திலிருந்து கொண்டு செல்லப்பட்டதுதான் என்பது சுமார் 20 ஆண்டுகளுக்குமுன் கண்டுபிடிக்கப்பட்டது. 1906ஆம் ஆண்டில் வல்லிபுரம் விஷ்ணு கோவிலுக்கருகில் இருந்த இந்தப் புத்தத் திருஉருவை, அன்றைய யாழ் ஆளுனராக இருந்த சர் வில்லியம் பிளேக் சயாம் மன்னருக்கு அன்பளிப்பாகக் கொடுத்துள்ளார். அந்தத் திரு உருவை மீண்டும் கொண்டுவருவதற்கான முயற்சிகள் ஒருபக்கம் நடைபெற்றுக்கொண்டிருக்கையில் இன்னொரு பக்கம் பவுத்தவியல் மற்றும் சிற்பவியல் வல்லுனர்கள் அந்தச் சிற்பத்தின் தனித்துவத்தைச் சுட்டிக்காட்டியுள்ளனர். அது இலங்கை பவுத்த மையமான அநுராதபுரச் சிற்ப அமைவில் (style) இல்லை என்பது தான் அது. மாறாக அது தென்னிந்திய திராவிடப் புத்த மரபில் (Amaravathy style) உள்ளது. ஆக இலங்கைக்குள்ளேயே இரு போக்குகள் இருந்துள்ளன எனலாம். தமிழ்ப் பகுதிகளில் தனித்துவமான பவுத்தம் ஒன்று இருந்துள்ளது. அது சிங்கள பவுத்த மரபிலிருந்து வேறுபட்டதாகவும் திராவிட மரபுடன் இணைந்ததாகவும் இருந்துள்ளது.

காஞ்சியை மையமாக வைத்து நடைபெற்ற பவுத்த அளவையியல் உசாவல்கள் (5, 6ஆம் நூ) சமஸ்கிருதத்தில் இருந்தநிலை மாறி, தமிழிலும் அது பேசப்பட வேண்டிய நிலை பின்னாளில் உருவானது. பல மொழிகளைப் பேசும் ஒரு விரிந்த பரப்பில்

பவுத்தம் குறித்துப் பேச வேண்டிய நிலையும் இருந்தது. இந்தப் பின்னணியில், மணிமேகலைக்குச் சில நூற்றாண்டுகளுக்குப் பின் உருவான வீரசோழியம் தமிழை அதன் உள்ளூர்த் (local) தன்மை யிலிருந்து விரித்து சமஸ்கிருதம் போல ஒரு பன்னாட்டுத் (trans local) தன்மையுடையதாக்கும் முயற்சியை மேற்கொண்டது. மணிப் பிரவாளம் குறித்து முதன் முதலாக ஒரு தமிழ் இலக்கணநூல் பேச நேர்ந்தது இப்படித்தான். சாதாரண மக்களின் பேச்சு வழக்குச் சொற்களையும் அது ஏற்றுக் கொள்கிறது. சமஸ்கிருதம், சிங்களம் முதலானமொழிகளுடன் மொழிக் கலப்பு குறித்து அது கவனம் கொள்கிறது. இவற்றை எல்லாம் கணக்கில் கொண்டு பார்க்கும் போது, குறிப்பாக அது சிங்கள மொழியையும் ஒரு பொருட்டாகக் கொள்வதைக் காணும்போது, அநுராதபுரத்தை ஒட்டி சோழிய பவுத்தம் ஒன்று திராவிட பாணியில் இருந்திருக்க வேண்டும் என்பது தெரிகிறது.

தமிழகத்தில் பவுத்தம் துடைத்தெறியப்பட்டது ஒருபுறம் இருக்க, இலங்கையில் சிங்கள பவுத்தத்திலிருந்து வேறுபட்டு வளர்ந்திருந்த தமிழ்ப் பவுத்தம் அழிந்ததில் ஒரு பக்கம் சிங்கள பவுத்தம் காரணமாக இருந்தது எனில் இன்னொரு பக்கம் தமிழ்ச் சைவமும் அதில் ஒரு முக்கிய பங்கு வகித்துள்ளது எனலாம்.

'தமிழ்நாடு பவுத்த சங்கம்' என்பதைக் கண்டவுடன் மனதில் ஒரு கணம் இந்தச்சிந்தனைகள் ஒரு மின்னலைப் போலத் தெறித்து ஓடுகின்றன. என்றும் தம்மப்பணியில் தன்னை அர்ப்பணித்துக் கொண்டுள்ள பெரியவர் ஓ.ரா.ந. கிருஷ்ணன் அவர்கள் மூன்று மாதங்களுக்கு முன் இந்நூலைத் தாங்கள் வெளியிடுவதாகச் சொன்னவுடன் எவ்விதத் தயக்கமும் இன்றி ஏற்றுக்கொண்டேன். பிறகு அதை மறந்தே போனேன். இன்று தபாலில் வந்திருந்த மெய்ப்பு வடிவைக் கண்டபோதுதான் நினைவுக்கு வந்தது.

திருத்துவதற்காக ஒருமுறை மீண்டும் அதைப் படிக்கும் போது மகிழ்ச்சியாக இருந்தது. நான் எழுதியவற்றுள் எனக்கு மிகவும் பிடித்த நூல்களில் இது முக்கியமானது. புத்தத்தை எழுதுவதற்கென என்னை அறியாமலேயே எனக்கொரு பொருத்த மான மொழி வாய்த்துள்ளதற்கு நான் அந்த போதி மாதவனுக்குத் தான் நன்றி சொல்ல வேண்டும்.

பெரியவர் கிருஷ்ணன் மிக்க தயக்கத்துடன் ஒன்றைக் குறிப் பிட்டார். 'பவுத்தம் புலாலை ஒறுத்த மதம். மயக்கும் கள்ளையும்

மன்னுயிர்க் கோரலையும் மணிமேகலை எந்த அளவிற்குக் கண்டித் துள்ளது என்பதை நீங்கள் அறிவீர்கள். மூத்து விளி மாவொழித்து எவ்வுயிர் மாட்டும் தீத்திறம் ஒழிகென சாதுவன் கூறிய அறிவுரை உங்களுக்குத் தெரியாததல்ல' என்பதுதான் அவர் சொன்னது.

இந்நூலின் இரண்டாவது அத்தியாயத்தில் புலால் குறித்த பவுத்த அணுகல்முறை பற்றிய என் குறிப்பு பற்றித்துத்தான் அவர் இவ்வாறு கூறினார். நான் அப்பகுதியை மீண்டும் வாசித்த போது அதில் பெரிய மாற்றங்கள் ஏதும் தேவை இல்லை என்று உணர்ந்தேன். மீண்டும் அவருடன் விவாதித்தபோது,

பவுத்த தம்மம் எல்லாத் தரப்பு மக்களிடையேயும் சென்றடைந்து அனைவரும் வாழ வழிகாட்ட வேண்டும் என்பதே புத்தரின் குறிக்கோளாக இருந்தது. எனவே, புத்தர் மக்களுடைய உயிர் வாழ்க்கையோடு இணைந்துள்ள உணவுப்பழக்கத்தில் தலையிட விரும்பவில்லையென்றே தெரிகிறது. உணவுப் பழக்கத்தைப் பொருத்தவரை எல்லோருக்கும் எல்லாச் சமயத்துக்கும் எல்லாக் காலத்துக்கும் பொருந்துவதாக ஒரு திட்டவட்டமான விதியைக் கூறமுடியாது. அதற்காகப் பவுத்தம் புலால் உணவை ஏற்பதாகக் கருத்தல்ல,

என்றார். எனது கருத்தும் அதுதான் என்றேன். புத்தம் உயிர்க் கொலையை ஏற்கும் மதமல்ல. அது போரை வெறுக்கும், அஹிம்சையைப் போதிக்கும் மதம். உயிர்ப் பலியை மட்டுமல்ல, அது உணவுக்காக உயிர்க் கொலை செய்வதையும் ஏற்பதில்லை. அதே நேரம் புத்தரின் பாதை மஜ்ஜிம பதிபாதம். நடுநிலைப் பாதை. அது மக்கள் மதம். மக்களை வேறுபாடு களற்று உற்று நோக்கிய மதம். அதனால்தான் இதேபோல அஹிம்சையையும் அமைதியையும் வலியுறுத்திய சமணம் முற்றாக அழிய நேர்ந்த போதும், பவுத்தம் இன்று உலகளவில் மூன்றாவது பெருமதமாக வாழ்கிறது. இந்த நூலின் நோக்கங்களில் ஒன்று எப்படி பவுத்தம் ஒவ்வொரு அம்சத்திலும் நடுநிலைப் பாதையை மேற்கொள்வது எனச் சொல்வது. நூல் முழுக்க இது விரவிக் கிடப்பதை நீங்கள் காணலாம்.

அடுத்த நோக்கம், இந்துத்துவத்திற்கும் போதி சத்துவத் திற்கும் இடையிலான நுண்மையான வேறுபாடுகளையும், புத்த நெறி, பக்தி நெறியிலிருந்து வேறுபடும் புள்ளிகளையும் சுட்டிக் காட்டுவது. இந்த முயற்சியும் நூல் முழுக்க விரவிக்கிடப்பதை நீங்கள் பார்க்கலாம்.

அந்த வகையில்தான் ஒரு மக்கள் மதமாகத் தன்னைத் தகவமைத்துக் கொள்ளும் முயற்சியில் ஏற்பட்ட விட்டுக் கொடுத்தல்களில் ஒன்றுதான், 'மாமிசத்திற்காகக் கொல்லக் கூடாது. ஆனால் கொல்லப்பட்ட மாமிசத்தை உண்ணலாம்' என்பது. இன்று உலகெங்கிலும் பெரும்பாலான பவுத்தர்கள் மாமிசம் உண்பவர்களாகவே உள்ளனர்.

மணிமேகலையில் சாதுவனுக்கும் நாகர் தலைவனுக்கும் இடையில் நடக்கும் உரையாடல் குறித்து பவ்லா ரிச்மான் எழுதியுள்ள கட்டுரை (Framed Narratives the Dramatised Audience in a Tamil Epic) மிக முக்கியமான ஒன்று. அறவழியை முன்னிறுத்தும் பவுத்தத்தைப் பரப்புவது என்பது கிட்டத்தட்ட ஒரு புரட்சிகர அரசியலை மக்களிடம் கொண்டு சேர்ப்பதற்கு ஒப்பான பணி. அது பல பேச்சு வார்த்தைகளுக்கும் விட்டுக்கொடுத்தல்களுக்கும் (negotiations) உட்பட்ட ஒன்று. இருவரும் பிடிவாதமாக ஒரே நிலையில் நின்றிருந்தால் காரியம் ஆகாது. ஒருவருக்கொருவர் விட்டுக் கொடுத்துத்தான் சேர்ந்து செயல்படும் நிலையை எட்ட வேண்டும். ஆக ஒரு 'பேரம்' (bargain) இங்கு தவிர்க்க இயலா தாகிறது.

கப்பல் கவிழ்ந்து கரையில் ஒதுங்கிய சாதுவனுக்கு நாகர் தலைவன் மாது, மது, மாமிசம் மூன்றையும் அளித்துக் கவுர விப்பான். நர மாமிசம் உண்ணும் வழக்கமுடைய நாகர்களின் வாழ்விலிருந்து இம் மூன்று நுகர்வுகளும் பிரிக்க இயலாதவை. புத்த நெறியை ஏற்றிருந்த சாதுவன் இது கண்டு அதிர்ச்சி அடைவான். மிகக் கடுமையாக எதிர்த்துரைப்பான். தலைவனைப் பொருத்த மட்டில் இவை மூன்றும் அவனால் விட்டுக்கொடுக்க இயலாதவை. இவற்றைத் துறந்த பின் என்ன வாழ்வு வேண்டியுள்ளது? விவாதப் போக்கில் சாதுவன் சற்றே கீழிறங்கி வருவான். காமத்தைத் துறத்தல் என்பதை வற்புறுத்தாது கள்ளும் உயிர்க் கொலையும் எவ்வாறு நல்லறம் அன்று என அறிவுரைப்பான். கள்ளும் புலாலும் இல்லாது எப்படி வாழ இயலும்? எங்கள் வாழ்முறைக்கேற்ற ஒரு அறத்தை எங்களுக்கு நீ உரை என நாகர் தலைவன் கேட்பான். சரி, உங்களுக்கேற்ற அறமுரைப்பேன். மனிதர்களாயினும் பிற உயிர்களாயினும் எந்த உயிர்களையும் கொல்லக்கூடாது. உணவுக் காகக் கொல்லப்படும் மாமிசத்தை உண்ணக்கூடாது. வயது முதிர்ந்து இறக்கும் பிராணிகளின் மாமிசத்தை மட்டுமே

உண்ணலாம் எனக் கூற அவ்வாறே இருதரப்பிலும் ஒப்புதல் ஏற்படுகிறது. ஆக பல்வேறுபட்ட மக்கள் குழுவினருக்கும் அவரவர்களுக்கு ஏற்ற அற நடைமுறைகள் (codes) சாத்தியம் என்பதை பவுத்தம் ஏற்கிறது.

சுமார் பத்தாண்டுகளுக்குமுன் இந்த நூல் எழுதுவதற்குக் காரணமாக இருந்த அருட்பணியாளர் ஏசுமரியான் அவர்களுக்கும், இந்நூலை வெளியிட்டு விமர்சன உரையாற்றிய பேராசிரியர் அப்துல்லாஹ் அவர்களுக்கும் என் நன்றிகளை இங்கு கூறக் கடமைப்பட்டுள்ளேன். பேராசியர் அப்துல்லாஹ் அப்போது பேராசிரியர் பெரியார்தாசன். பவுத்த நெறியை ஏற்றுக் கொண்டவர். அம்பேத்கர் அவர்களின் புத்தமும் அவர் தம்மமும் நூலை அத்தனை அழகாக மொழியாக்கியவர். 'அண்ணல் அம்பேத்கர் அவர்களின் நூலைத் தொடர்ந்து அடுத்து வாசிக்க வேண்டிய நூல்' என அன்று அவர் இந்த நூலை அறிமுகம் செய்தது இன்னும் நெஞ்சில் நிற்கிறது. அவர் இன்று நம்மோடு இல்லை.

இடையில் இந்நூலை யாரோ ஒருவர் சிங்களத்தில் வெளியிடுவதாகச் சொல்லி அனுமதிக் கடிதம் ஒன்று கேட்டார். அவ்வாறே அளித்தேன். பின் நான்கைந்தாண்டுகளுக்குப் பிறகு நான் இலங்கை சென்றிருந்த போது அந்தச் சிங்கள மொழி பெயர்ப்பை என்னிடம் அவர் தந்தார். எந்த அளவிற்கு அந்த மொழியாக்கம் சரியாக இருந்தது என்பது எனக்குத் தெரியாது.

மீண்டும் பெரியவர் கிருஷ்ணன் அவர்களுக்கும் தமிழ்நாடு பவுத்த சங்கத்திற்கும் மெத்தா பதிப்பகத்திற்கும் என் நன்றிகள்.

அ. மார்க்ஸ்

முதலாம் பதிப்பின் முன்னுரை

தலித் மக்களின் போராட்டக் களச் செய்திகளுக்கு முதன்மை அளித்து வெளிவந்து கொண்டுள்ள மக்கள் களம் இதழின் ஆசிரியரும் அம்பேத்கர் நூற்றாண்டு இயக்கத்தின் நிறுவனருமான அருட் பணியாளர் ஏசுமரியான் அவர்கள் இரண்டாண்டுகளுக்கு முன்பாகத் தன் இதழில் ஒரு தொடர் கட்டுரை எழுதுமாறு கேட்ட போது கருப்பர் இனப் போராட்ட வரலாற்றை எழுதுவதாகக் கூறினேன். புத்தரையும் புத்த தம்மத்தையும் அறிமுகம் செய்து முதலில் ஒரு தொடர் எழுதுங்களேன் என அவர் கூறியபோது உடனடியாக அதை ஏற்றுக்கொண்டேன்.

என் இனிய இளம் நண்பர்கள் இருவர் என்னை பவுத்தத்தின் பால் ஆட்படுத்திக்கொண்டிருந்த நேரம் அது. ஒருவர் சுகன். பாரீஸ் நகரச் சுரங்க ரயில் நிலையம் ஒன்றில் ஒரு பவுத்த பிக்கு விடம் தீட்சை பெற்றுக்கொண்டவர். இன்னொருவர் அசாத்திய மான கவிதா மனநிலை நிறைந்த புத்தமித்திரன்.

தேவையான நூல்களை வாங்குவதற்கு மக்கள் களம் இதழ் உதவி செய்தது. பவுத்தத்தைப் பொருத்தமட்டில் மிக உயரிய, அற்புதமான ஆங்கில நூல்கள் ஏராளமாக நமக்குக் கிடைக்கின்றன. அண்ணல் அம்பேத்கரின் புத்தரும் அவர் தம்மமும் —அவரது நூல்களிலேயே என்னை மிகவும் ஈர்த்த ஒன்று. அந்நூலை ஒரு கவித்துவ மனநிலை யுடன் மனம் நெகிழ்ந்து எழுதியிருப்பார் அண்ணல். பவுத்தம் குறித்து விரிவாக எழுதும் நோக்குடன் நான் தொடங்கியபோது களச் செய்திகளுக்கு அதிகம் முக்கியத்துவம் அளிக்கும் மக்கள் களம் இதழில் அது முழுமையாகச் சாத்திய மில்லாமலிருந்தது. இரண்டு பக்கங்கள் மட்டுமே இந்தத் தொடருக்கென அவர்களால் ஒதுக்க முடிந்தது. எளிமையாகவும், அறிமுகமாகவும் எழுத வேண்டியதன் அவசியத்தையும் நான் புரிந்துகொண்டேன். அதே சமயத்தில் ஏற்கனவே சொல்லப்பட்ட செய்திகளையே திருப்பிச்சொல்வதிலும்

எனக்கு உடன்பாடு இல்லை. எனவே புத்தரின் பரிநிப்பானத்தோடு தொடரை முடித்துக்கொண்டேன்.

இன்று வாழும் பவுத்தங்கள், குறிப்பாக ஸென் மற்றும் சஅன் பவுத்தங்கள் பற்றியும் இந்தியாவில் பவுத்தம் வீழ்ந்தது குறித்தும் விரிவாக எழுத ஆசை. மேலும் இரு பாகங்களாக அவற்றை எழுத உள்ளேன்.

சாதி ஒழிப்புப் போராளிகளாலும் இடதுசாரிச் சிந்தனையாளர்களாலும் முன்னிறுத்தப்பட்ட புத்தர் மற்றும் புத்த தம்மத்தின் அரசியல் முக்கியத்துவம் இங்கே அறிமுகமான அளவிற்கு அது ஒரு மாற்று வாழ்நெறியாக இங்கே அறிமுகமாகவில்லை. பவுத்தம் வெறும் வேத மறுப்பு மதம் மட்டுமன்று. மிகவும் நடைமுறை சார்ந்த மக்கள் மதம் அது. பார்ப்பனியத்திலிருந்தும் இந்துத்துவத்திலிருந்தும் போதி சத்துவம் பல்வேறு புள்ளிகளில் வேறுபட்டு நிற்கிறது. அந்த அம்சங்களை நான் புரிந்துகொண்ட அளவிற்கு இந்த நூலுக்குள் கொண்டு வந்துள்ளேன்.

புத்தமதத்தைக் கடவுள் மறுப்பு மதம் என்று சொல்வதைக் காட்டிலும் கடவுள், பக்தி முதலியவற்றிற்கு அப்பாற்பட்ட ஒரு நெறி எனச் சொல்வதே பொருத்தம். ஆனால் கார்ல் மார்க்ஸ் சொன்னதுபோல இந்தத் துன்பம் நிறைந்த உலகில் மக்களுக்கு ஒரு மதம் தேவைப்படுகிறது. சொல்லி அழ, வேண்டிக் கேட்க ஒரு இறைவன் தேவைப்படுகிறான். இதன் விளைவாக உருப்பெற்றதே மஹாயன நெறி. தேரவாத நெறி உயர்ந்தது என்றோ மஹாயன நெறி தாழ்ந்தது, அல்லது பவுத்தத்தின் வீழ்ச்சிக்குக் காரணமானது என்றோ பார்ப்பதில் பொருளில்லை. இரண்டுமே புத்தன் அளித்த அடிப்படை நெறிகளை மறுப்பவையல்ல. தேர வாதமே சரியான பவுத்தம் என்றால் இன்றைய சிறீலங்காவின் இனவாதத்தில் அதற்குரிய பங்கை நாம் விளக்கியாக வேண்டும். இதன் பொருள் தேரவாதம் தவறானது மஹாயனம் சரியானது என்பதுமல்ல. இதை நாம் சரியாக உணர்ந்துகொள்ள வேண்டும். வாழும் பவுத்தங்களையும் இன்றும் ஏற்றுக்கொள்ளப்பட்ட அதன் நம்பிக்கைகளையும் நாம் எளிதில் புறக்கணித்துவிடும் தவறைச் செய்துவிடலாகாது.

புத்தம் ஒரு அருளப்பட்ட மதம் (Revealationary Religion) அன்று. அதற்கென இறுதியான, மாற்றத் தகாத வேதங்கள் அல்லது

இறைவாக்குகள் ஏதுமில்லை. அடிப்படை நெறிகளிலிருந்து விலகுகிறது என யாருடைய நடைமுறையையும் குற்றம்சாட்டவோ அல்லது தண்டிக்கவோ (inquisition/Fatwa) அதில் வாய்ப்பில்லை. அத்தகைய அதிகாரம் படைத்தவர்களுக்கோ, நிறுவனத்திற்கோ அதில் இடமில்லை. 'உனக்கு நீயே விளக்கு' என்பதே புத்தவாக்கு. சூழலுக்குத் தக உபாயங்களை வகுத்துக்கொள்வதை (உபாய கவ்சல்ய) புத்தம் அனுமதிக்கிறது. எனவே புத்தர் முன்வைத்த நெறிகளுக்கும் மாறாகப் பல்வேறு கூறுகள் அதில் இணைந்ததைப் பவுத்தம் முரணாகப் பார்ப்பதில்லை. பல்வேறு விதமான இறை வடிவங்கள், உருவச்சிலைகள், சைத்யங்கள் எனப் பவுத்தம் வளர்ந்துகொண்டே இருந்தது. உள்வாங்கி உள்வாங்கி வளரும் மரபு (accumulatory tradition) அது. வாழ்வின் இயல்பாய் உள்ள துக்கத்தை அறவாழ்வின் மூலம் வெல்ல முடியும் என்பதை மட்டும் அனைத்துப் பவுத்தங்களும் ஏற்றுக்கொள்கின்றன.

தமிழகத்தைப் பொருத்தமட்டில் பவுத்தத்திற்கு ஒரு நீண்ட மரபு உண்டு. அடிப்படைப் பவுத்த நெறிகளை மணிமேகலைப் பெருங்காப்பியம் முன்வைக்கிறது. பசிப்பிணி அகற்றுதல், பல்லுயிரோம்புதல் என்கிற உன்னத நோக்கை முன்வைத்துச் செயற்பட்டவர் அன்னை மணிமேகலை. தமிழ்ப் பவுத்தத்தின் வேர்களைச் சங்க நூற்கள் மணிமேகலை, வீரசோழியம் என நாம் நூல் பிடித்து வரவேண்டும். பவுத்த அழகியல் மரபு, சிந்தனை மரபு, தத்துவ மரபு என்றொரு சிரமண மரபை நாம் இனங்காண வேண்டும்.

நூலுக்கு இறுதியில் பெயர்/சொல் குறிப்பு ஒன்றையும் இணைத்துள்ளேன். மேலும் அறிய அரிய ஆங்கில நூல்களும் பழையதும் புதியனவுமாய் ஏராளமாய்க் கிடைக்கின்றன. தோழர்கள் வாங்கிப் பயில வேண்டுகிறேன்.

இரண்டாண்டுகட்கு முன்பு சென்னையில் நாங்கள் 'புத்தம் சரணம்' என்றொரு நிகழ்வை நடத்தினோம். அதையே நூலுக்கும் தலைப்பாக்கியுள்ளேன். நூலுருவாகக் காரணமான திரு. ஏசுமரியான் அவர்களுக்கும் மாதந்தோறும் கட்டுரைகளை வீட்டுக்கு வந்து வாங்கிச் சென்ற தோழர் சேகருக்கும் சாதிக் பாட்சா, நீலகண்டன் எல்லோருக்கும் நன்றிகள்.

அ. மார்க்ஸ்

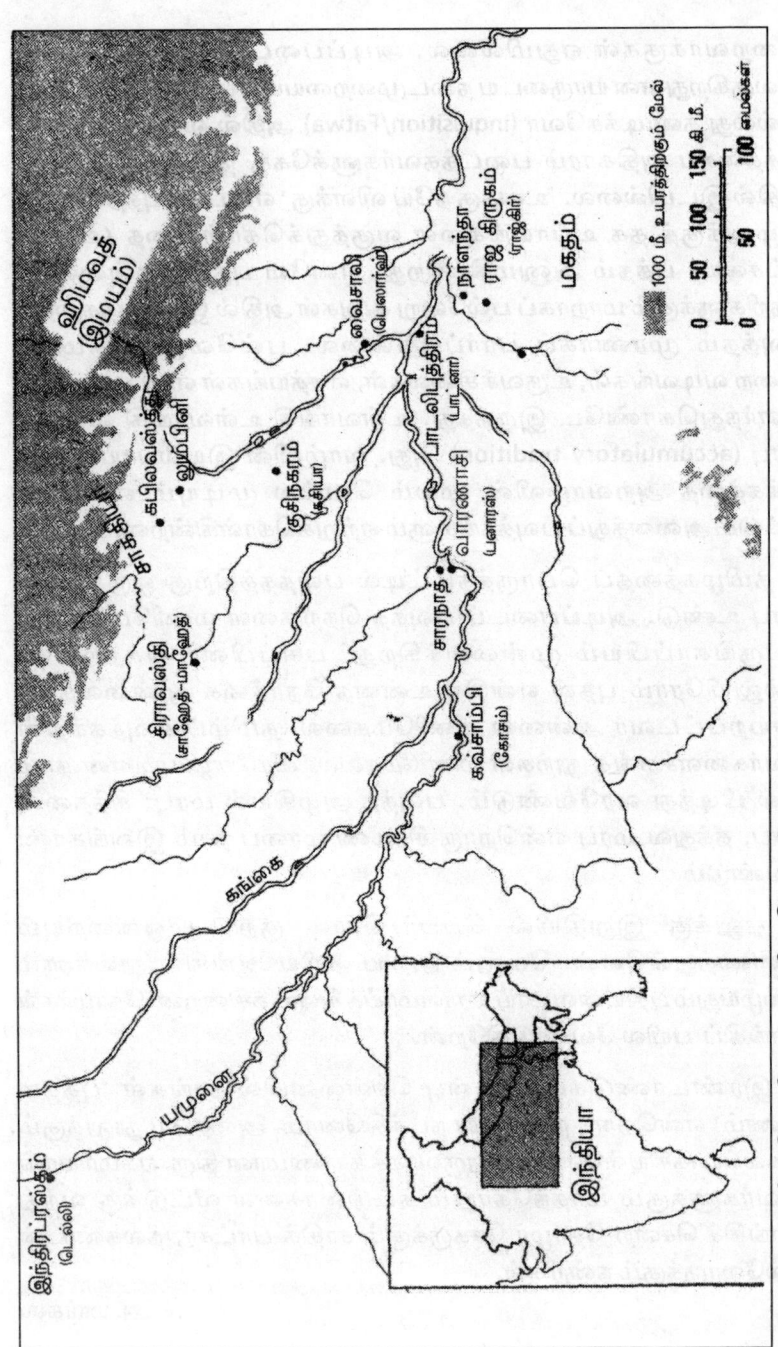

புத்தர் வரலாற்றில் இடம்பெறும் முக்கிய இடங்கள்.

1

மாற்று நெறியுரைத்த மாதவன்

ஞான பரிபூரண மூர்த்தியான புத்த பகவனுக்கு வணக்கம் சொல்லி இத்தொடரைத் தொடங்குவோம்.

அண்ணல் அம்பேத்கர் போன்ற ஒப்பற்ற சிந்தனையாளர்கள், தர்மானந்த கொசாம்பி, இராகுல சாங்கிருத்தியாயன் போன்ற மார்க்சிய ஈடுபாடுடையவர்கள் போன்றோரைப் புத்தநெறி என்றும் ஈர்த்து வந்திருக்கிறது. புத்தநெறியில் ஈடுபாடு உடையவர்களில் பலர் இடதுசாரிப் பற்றாளர்களாகவும் அடித்தள மக்களின் விடுதலையில் ஆர்வம் உடையவர்களாகவும் இருந்துவந்துள்ளனர்.

மாக்ஸ்முல்லர் போன்ற ஆரிய அறிஞர்கள் புராதன சம்ஸ்கிருத வேதங்களில் ஆர்வங்கொண்டு அவற்றை விதந்தோதிக் கொண்டிருந்தபோது அறிஞர் ஷெர்பாட்ஸ்கி போன்ற ருசியச் சிந்தனையாளர்கள் பௌத்த தத்துவங்களில் ஈடுபாடு கொண்டு இருந்ததையும் இத்துடன் இணைத்துப் பார்க்கலாம்.

இதற்கான காரணம் வெளிப்படை. பிறவி அடிப்படையில் ஏற்றத்தாழ்வுகளை வரையறுத்து, அவற்றைக் கோட்பாடாக்கி, மத ஏற்பு அளித்து, இறைவனைச் சாட்சியாக்கிய வருணதருமத்தைப் போற்றிவந்த மண்ணில் புத்த தம்மம் மாற்று நெறியொன்றை முன்வைத்தது. எனவேதான், 'மருளறுத்த பெரும் போதி மாதவன்' என்று தமிழ்ப் பவுத்த முன்னோடிகளில் ஒருவரான வீரசோழிய ஆசிரியர் உரைப்பார். வேதத்தின் மருளையும் சாதியத்தின் இருளையும் அறுத்து மாற்றுப் பாதையைக் காட்டியது அந்தப் புத்த ஞாயிறு. அது உதித்துச் சற்றேறக்குறைய ஆயிரம் ஆண்டு களுக்குப் பின்தோன்றியவரும், இந்தியாவின் கான்ட் என ஷெர்பாட்ஸ்கியால் வியந்து போற்றப்படுபவரும், தமிழ்நாட்டைச் சேர்ந்தவருமான தருமகீர்த்தி சொல்வார்:

வேதங்களின் ஆணையை ஏற்றுக்கொள்ளுதல், ஒருவனைப் படைத்தவனாக அங்கீகரித்தல், புனித முழுக்கிட்டுப் பெருமைகள் தேட ஆசைப்படுதல், சாதீயத்தின் பொய்மை, பாவங்களைப் போக்கிக்கொள்வதற்காக உடலை வருத்துதல்—இவையே முட்டாள் தனத்தின் அய்ந்து பண்புகள்.

பிற நெறிகளைப் போலன்றி புத்த தம்மம், 'படைத்தவனை' மட்டுமல்ல, படைத்தவனால் 'அருளப்பட்டது' என்று எந்த ஒரு புனித நூலைகூட அது முன்வைக்கவில்லை.

இறைவனின் அருள்வாக்குகள் என்று ஏதுமில்லை என்கிற போது நல்லது, தீயது/பாவம், புண்ணியம் ஆகியவற்றை எப்படித் தீர்மானிப்பது? புத்த தம்மம் இதற்கு அளிக்கும் பதில்:

'பகுஜன ஹிதயா பகுஜன சுகயா'

பெரும்பாலான மக்களுக்கு இதமானதாகவும் சுகமானதாகவும் இருப்பவையே நன்மைகள் (Good); மற்றவை தீமைகள் (Evil). இதுவே பவுத்த அறம்.

சங்கத்திலிருக்கும் பிக்குகளும் பிக்குணிகளும் துவராடை, பிட்சைப் பாத்திரம் முதலிய எட்டுப் பொருள்களைத் தவிர பிற எதையும் தனியுடைமையாகக் கொண்டிருக்கலாகாது என்பது இன்னொரு அறம்.

இந்த அறங்களை புத்தநெறி எந்த அளவிற்கு நடைமுறையில் நிலைநாட்ட முடிந்தது? கடவுளை உறுதிசெய்து உரைக்காத புத்தரே பின்னர் கடவுளாக்கப்பட்டது எங்ஙனம்? புத்தர் மறைந்து ஆறு, ஏழு நூற்றாண்டுகளுக்குள் பிட்சுகளின் பெயரில் தனிச் சொத்துக்கள் உருவானது எப்படி? சனாதன தருமத்தை, அதன் முட்டாள் தனங்களை, வில்லங்கங்களை வேரறுக்கத் தோன்றிய நெறி அடுத்த ஆயிரத்தைந்நூறு ஆண்டுகளில் இந்த மண்ணி லிருந்து விரட்டியடிக்கப்பட்டதன் பின்னணி என்ன?

புத்தநெறியில் அக்கறையுள்ளவர்கள் இந்தக் கேள்விகளை எதிர்கொள்ளக் கடமைப்பட்டுள்ளோம். இதற்கொரு முன்னோடி யாகப் பவுத்தம் குறித்த ஒரு அறிமுகத்தைச் செய்வதே இந்நூலின் நோக்கம்.

இதற்கு முன் ஒன்றை நினைவில் பதிப்பது உசிதம். புத்தநெறி என்பது 2500 ஆண்டுகால வரலாற்று, தத்துவப் பாரம்பரியம்

உடையது. மேற்கில் ஆப்கானிஸ்தானம் மற்றும் பாரசீகத்தின் சில பகுதிகள்வரை, கிழக்கில் ஜப்பான்வரை, தெற்கில் ஜாவா, சுமத்திரா தீவுகள் வரை விரிந்து பரவியிருந்த நெறி இது. இன்றைய உலகின் பாதி மக்கள்தொகையினர், பவுத்தம் ஏதோ ஒரு காலகட்டத்தில் செழித்தோங்கி இருந்த மண்ணில் வசிக்கின்றனர். பல்வேறு பண்பாடுகள், வரலாறுகள், இன அடையாளங்கள் உடைய மக்கள் தொகுதிகளைத் தழுவி நிற்கும் பவுத்தத்தை ஒற்றைப் பரிமாணமுடையதாக அணுகி, சாராம்சப் பண்புகளை வரையறுத்துவிடலாகாது. அதன் பன்முகப் பரிணாமங்களை பன்மைத்துவங்களை, வித்தியாசங்களை, வித்தியாசங்களினூடே வெளிப்படும் பொதுமைகளை எல்லாவற்றையும் பார்க்கும் விரிந்த பார்வை நமக்கு வேண்டும்.

யானையைப் பார்த்த குருடர்கள் கதையை நாம் அறிவோம். இந்தக் கதையைச் சொல்லியது 'தருமத் தலைவன்', 'ஆதிமுதல் வனறவழியான்போன்' என்றெல்லாம் தமிழ்ப்புலவர் சாத்தனாரால் புகழப்படும் போதி மாதவரான புத்த பெருமான்தான் என்பது குறிப்பிடத்தக்கது. பாலி மொழி நூலான உதானவில் 69வது கூற்றாக இக்கதை குறிப்பிடப்படுகிறது. சாவதி நகரத்தின் முன்னாள் மன்னன் ஒருவன் தனது ஆளுகையின் கீழுள்ள குருடர்கள் அனைவரையும் ஒன்றாகத் திரட்டி, பல குழுக்களாகப் பிரித்து, ஒவ்வொரு குழுவினரையும் யானையின் ஒவ்வொரு உடற்பகுதி யைத் தொட்டுணரச் செய்தபின் அவர்களைத் தம் அனுபவத்தைப் பகிரச்சொன்ன போது தலையைத் தொட்டவர்கள் பானையைப் போலுள்ளது எனவும், காதைத் தடவியவர்கள் முறத்தைப் போலுள்ளதெனவும், காலை உரசிப் பார்த்தவர்கள் தூணைப் போல் உள்ளது எனவும் பலவாறாக யானையை வருணித்த கதையே அது. புத்தர் சொன்ன குருடர்களைப்போல நாமும் புத்த நெறியைச்சாராம்சப்படுத்தும் தவறை இழைக்காதிருப்போம்.

புத்தநெறிக்குள்ளும் மஹாயன புத்தம், தேரவாதம் என்கிற இருபெரும் பிரிவுகள் உள்ளதை நாம் அறிவோம். மணிமேகலைக்குப் பிந்தைய தமிழ்நூல்கள் சௌந்திராந்திகர், வைபாஷிகர், யோகசாரர், மாத்யமிகர் என்னும் நான்கு பிரிவுகள் இருந்ததைக் குறிக் கின்றன. இவற்றில் முதலிரண்டும் தேரவாதப் பிரிவுகள் என்பது அறிஞர்கள் முடிவு. 'அறுவகைத் தேரர்' என ஞானசம்பந்தர் குறிப்பதிலிருந்து தேவார காலத்திலேயே (கி.பி.6ஆம் நூ)

ஆறு பிரிவுகள் தமிழகத்திற்குள் இருந்தன என்பது புலப்படுகிறது. எனவே 'புத்தம்' என உரைப்பதைக் காட்டிலும் 'புத்தங்கள்' என்றுரைப்பதே பொருத்தம் என்றாகிறது.

தத்துவார்த்த ரீதியான நுணுக்கமான வேறுபாடுகளுக்குள் இப்போது நாம் நுழைய வேண்டாம். எனினும் உலக அளவில் இன்று நடைமுறையிலுள்ள புத்தங்களை வேறுபடுத்தி உணர்தல் அவசியம். வாழும் புத்தநெறிகளைக் குறைந்தபட்சம் மூன்று அகன்ற பிரிவுகளாகப் பகுக்கலாம் என்கிறார் பவுத்தவியல் அறிஞர் ரூபர்ட் கெதின். அவை:

1. இலங்கை மற்றும் தென்கிழக்கு ஆசியாவில் நிலவும் தேரவாத மரபு: தெற்கத்தியப் பவுத்தம் என்றும் இதைக் குறிப்பர். இவர்களது நெறி நூல்கள் பாலி மொழியில் உள்ளன. மற்ற இரு பாரம்பரியங்களுடன் ஒப்பிடும்போது இது சற்றே நெகிழ்ச்சி யற்றது. பழமை இறுக்கம்கொண்டது. புத்தருக்குப் பிந்தைய முதல் நூற்றாண்டுகளில் இந்தியாவில் நடைமுறை யிலிருந்த நெறிக்கு நெருக்கமானது. இது இலங்கை, மியான்மர் (பர்மா), தாய்லாந்து, கம்போடியா, லாவோஸ் உட்பட்ட நாடுகளில் உள்ள 100 மில்லியனுக்கும் மேற்பட்ட மக்களால் கடைப் பிடிக்கப்படும் மதநெறியாக உள்ளது.

2. சீனம், கொரியா, ஜப்பான், வியட்நாம் ஆகிய நாடுகளில் பின்பற்றப்படும் கிழக்காசிய மரபு: இதனைக் 'கீழைப் பவுத்தம்' என்பர். இதன் நெறிநூல்கள் சீன மொழியில் உள்ளன. கி.பி.1ஆம் நூற்றாண்டுக்குப் பிறகு தோன்றிப் பெரிதாய் வளர்ந்த 'மஹாயன' நெறிக்கு நெருக்கமானது இது. தேரவாத நெறியை மஹாயனர்கள், 'ஹீனயானம்' என அழைத்தனர். கன்ஃபூசியனிசம், தாவோயிசம், ஷிண்டோ தத்துவம் ஏன் சீனக் கம்யூனிசம் உட்பட்டப் பல கூறுகளைத் தன்னகத்தே அனுசரித்துக்கொண்ட பன்மைப் பாரம்பரியம் இது. ஏறக் குறைய 500 மில்லியனில் இருந்து 1000 மில்லியன் மக்கள் வரை ஏற்றுக்கொண்ட மதநெறியாக இன்று இது விளங்குகிறது.

3. திபெத்திய மரபு: சிலர் இதை 'வடக்கத்திப் பவுத்தம்' என்பர். இதன் நெறி நூல்கள் திபெத்திய மொழியில் உள்ளன. ஒரு அகன்ற பார்வையில் 'மஹாயன' நெறியை இது ஒத்திருந்த

போதும் இதன் தனித்தன்மைகளைக் கணக்கில்கொண்டு இதனை 'வஜ்ராயனம்' அல்லது 'தாந்த்ரீக பவுத்தம்' என்பர். திபெத், மங்கோலியா மற்றும் நேபாளத்தின் சில பகுதிகளிலும், இந்தியாவில் இமாசலப் பகுதிகளிலும் வசிக்கிற பத்து முதல் இருபது மில்லியன் மக்கள் இதனைத் தம் மதநெறி யாகப் பின்பற்றுகின்றனர்.

ஒரு அகன்ற நோக்கில் வாழும் பவுத்தத்தை இவ்வாறு மூன்று பாரம்பரியங்களாகப் பார்த்தபோதிலும் மேலும் பல நுணுக்க மான வித்தியாசங்களுக்கு இடமுண்டு என்பதை நாம் மறந்து விடலாகாது. (எல்லாப் பகுப்பாய்வுகளுக்கும் இது பொருந்தும் தானே) எடுத்துக்காட்டாக, அண்ணல் அம்பேத்கரின் ஆணையை ஏற்று பவுத்தம் தழுவிய எண்ணற்ற இந்திய தலித் மக்களைக் குறிப்பிடலாம். ஸென் பவுத்தம், சஅன் பவுத்தம் ஆகியனவும் அவற்றிற்குரிய தனித் தன்மையோடு விளங்குகின்றன.

இத்தகைய பல்வேறு பவுத்தங்களுக்கிடையில் நடைபெற்றது வெறும் தத்துவார்த்தப் போராட்டங்கள் மட்டுமல்ல; நடைமுறை சார்ந்த அம்சங்களிலும் கருத்துவேறுபாடுகள் இருந்தன. பிறகு அவையே தத்துவ வேறுபாடுகளாகவும் உருப்பெற்றன. நடை முறையை அனுசரித்துத் தத்துவங்களும் நெகிழ்ச்சியுற்றன. முற்றிலும் தீர்க்கப்பட்டுவிடாத கருத்து மாறுபாடுகளாகவும் நடைமுறை வேறுபாடுகளாகவும் இவற்றில் சில பவுத்தங் களுக்குள் தொடர்ந்தன.

எடுத்துக்காட்டாக, ஒன்று: யாக பலிகளுக்கு எதிராக அகிம்சையை முன்னிறுத்திய புத்தநெறியில் மாமிச உணவுக்கு இடமுண்டா என்கிற கேள்விக்கான மாறுபட்ட பதில்களைப் பார்ப்போம்.

2

பவுத்தமும் கொல்லாமையும்

பவுத்தம் என்றவுடன் நமக்கு நினைவுக்கு வருவது அது முன்வைத்த கொல்லாமை என்னும் அகிம்சை நெறி, பல்லுயி ரோம்பும் அன்பு நெறி. யாகம் என்ற பெயரில் உழைக்கும் மக்களின் செல்வங் களாகவும், வளர்ப்புகளாகவும் விளங்கிய ஆடுகள், மாடுகள், குதிரைகள் முதலான எண்ணற்ற உயிர்களை வெட்டிக் கொன்று, தீயில் எரித்து, அழித்தொழித்துவந்த அன்றைய பார்ப்பன மதத்தின் வேள்விப் பண்பாட்டை எதிர்த்து முடிவுக்குக் கொண்டு வந்தவர் புத்த பகவன். பவுத்த அறங்களான பஞ்ச சீலம், தசசீலம் முதலான ஒழுக்கங்களிலும் பவுத்தர்களுக்கு அனுமதிக்கப்பட்ட பத்து குசல கருமங்களிலும் முதன்மையாகச் சொல்லப்படக்கூடிய புத்த கட்டளை கொல்லாமையே ஆகும்.

உலகம் முழுமையும் பவுத்தம் பரவுவதற்குக் காரணமாக இருந்தவனும் இந்தியத் துணைக் கண்டம் முழுமையையும் பவுத்த ஆளுகைக்குள் கொண்டுவந்தவனுமாகிய சக்கரவர்த்தி அசோகன், 'எனது ஆளுகைக்குட்பட்ட பகுதிகளில் யாகங்கள் என்ற பெயரில் எந்த ஒரு மிருகத்தையும் கொல்லக்கூடாது; விருந்து கேளிக்கைகளும் கூடாது. ஏனெனில் இத்தகைய கேளிக்கை களில் பல தீமைகள் நடைபெறுவதை பிரியதரிசி மாமன்னன் அறிந்துள்ளான்' எனப் பிரகடனம் செய்தான். மிருகங்களைக் கொல்லாதிருப்பது மட்டுமல்ல அவற்றை அன்பு செய்து காப்பதும் பவுத்த ஆளுகையின் ஓரம்சமாக இருந்தது. மனிதர் களுக்காக மட்டுமன்றி மிருகங்களுக்காவும் மருத்துவமனைக் கட்டுவிப்பதை ஒரு கொள்கையாக அறிவித்து நடைமுறைப் படுத்தியதும்கூட உலக வரலாற்றில் முதன் முதலில் அசோகனாகத் தான் இருக்க முடியும்.

பவுத்தம் இப்படி உயிர்க்கொலையை வன்மையாகக் கண்டித்து வந்தபோதிலும் சமண மதம்போல பவுத்தர்கள் அனைவரும் மாமிச உணவையே விலக்கிவிடவேண்டும் எனக் கட்டளை இடவில்லை; புலால் உண்ணாமையை ஓர் அற ஒழுக்கமாக விதிக்கவில்லை. தன்னுயிர்க்கு இரங்கான், பிற உயிர் ஓம்பும் மன்னுயிர் முதல்வன் எனப் போற்றப்படும் கோதம புத்தரின் காலந்தொட்டு இன்றுவரை புத்தநெறியில் செல்வோர்க்குப் புலால் உணவுப் பழக்கம் தடையாக இருந்ததில்லை.

சுந்தன் என்ற கொல்லர் அன்புடன் அளித்த பன்றிக் கறியை விருப்புடன் உண்டதால் ஏற்பட்ட செரிமானக் கோளாறின் விளைவாக புத்த பெருமான் 'பரிநிப்பானம்' (திருமரணம்) அடைந்தார் என்பது வரலாறு. நாடு நாடாக, ஊர் ஊராக அலைந்து திரிந்து புத்த நெறியைப் பரப்பிவந்த பெருமான் தனது எண்பதாம் வயதில் பாவாபுரி என்னும் நகரிலிருந்த சுந்தனின் மாந்தோப்பில் தங்கியிருந்தபோது அந்தத் துயர நிகழ்ச்சி நடந்தது. சுந்தனின் விருந்தில் பரிமாறப்பட்ட அந்த உணவிற்கு ஸூகர மத்வம் என்று பெயர். மிக்க இளையதாகவோ மிக்க முதியதாகவோ இல்லாமல் சிறுகுட்டிகளுக்குள்ளே பெரிதாக உள்ள பன்றியின் மென்மையான கறியைப் பக்குவமாக வேகவைத்த உணவு என இச்சொல்லுக்குக் பொருள் எழுதுகிறார் புத்த கோஷர். ஸூகர மத்வம் என்ற சொல்லுக்கு காயசித்தி மருந்து என்றொரு பொருளிருந்தது எனவும் அவர் குறிப்பிட்டபோதும் பன்றி மாமிசம் என்கிற பொருளுக்கே அவர் அதிகம் அழுத்தம் கொடுக்கிறார். எனினும் உதான அட்டகதை நூல்களில் இச்சொல்லுக்கு வேறு இரு பொருள்களும் கொடுக்கப்படுகின்றன. பன்றிகள் மிதித்துத் துவைத்த மூங்கில் முளைகள் அல்லது அந்த இடத்தில் முளைத்த தானியங்களால் ஆக்கப்பட்ட கஞ்சி என்பனவே அவை.

பரிநிப்பானத்தன்று பெருமான் இவற்றில் எந்த உணவை உண்டார் என்பதை நாம் இன்று துல்லியமாகச் சொல்லிவிட இயலாது. புத்தரின் வரலாற்றுக்கும் போதனைகளுக்கும் ஆதாரமாக உள்ள பல்லி மொழிப் பிடகங்களாயினும், ஜாதகக் கதைகளாயினும், பிற நூல்களாயினும் இவை யாவும் குறைந்தபட்சம் புத்தர் இறந்து பல மாதங்கள், வருடங்களுக்குப் பின்னரே தொகுக்கப்பட்டவை என்பதும் காலப்போக்கில் அவற்றில் பல மாற்றங்கள் நிகழ்ந்துள்ளன என்பதும் நினைவில் கொள்ளத்

தக்கன. எனினும் புத்த பெருமானுக்குப் பன்றி மாமிசம் உண்ணும் பழக்கம் உண்டு என்பதற்கு வேறு சில ஆதாரங்களும் உண்டு. பவுத்த மத ஆதி நெறிநூல்களில் ஒன்றான சுத்தபிடகத்தின் அங்குத்தர நிகாயத்தில் உள்ள பஞ்சக நிபாதத்தில் ஒரு நிகழ்வு குறிப்பிடப்படுகிறது. உக்க கஹபதி என்பவன் பெருமானை அணுகி, 'பதந்தரே, உயர்ந்த பன்றி இறைச்சியைச் சிறப்பாகப் பக்குவப்படுத்திச் சமைத்துக் கொண்டுவந்திருக்கிறேன்; அருள் கூர்ந்து ஏற்க வேண்டும்' என்றான். கருணை வள்ளலாம் கோதமரும் அதை ஏற்றுச் சுவைத்தார்.

சுந்தன் அளித்த விருந்தால்தான் தனக்கு மரணம் நேர்ந்தது என்கிற அவப்பெயர் சுந்தனுக்கு நிலைத்துவிடக்கூடாது என்ற அக்கறை கொண்ட பெருமான் அருகிலிருந்த ஆனந்தரிடம், 'போதி மரத்தடியில் எனக்குப் பூரண ஞானம் உதித்த அன்று சுஜாதை அளித்த பிட்சையை உண்டேன். சுந்தன் அளித்த பிட்சையும், சுஜாதை அளித்ததற்கு ஈடானதுதான் என அவனுக்குச் சொல்லித் தேற்றுங்கள்' என்றுரைத்தார்.

பவுத்தர்களுக்குப் புலால் உணவு விலக்கல்ல என்பதற்கு மேலும் பல சான்றுகளைச் சொல்ல இயலும். ஆகமகந்த சுத்தத்தில் ஒரு பார்ப்பன ரிஷி புலால் உணவு தீட்டு என்பதால் அதனைத் தான் விலக்கிவைத்துள்ளதாகச் சொன்னபோது தீய மனமும் கொடுஞ் செயல்களுமே விலக்கத்தக்கன, புலால் உணவன்று எனக் காசியப புத்தர் பதிலளிக்கிறார். கோதமரின் உறவினனும் அவர்பால் பொறாமை கொண்டவனும் எப்படியேனும் புத்த சங்கத்தில் பிளவு ஏற்படுத்திவிட வேண்டும் என முயன்று வந்தவனுமாகிய தேவ தத்தன் ஒருமுறை பகவனை அணுகி சங்கத்திலுள்ள பிக்குகள் உப்பு, பால், தயிர், புலால் ஆகியவற்றை விலக்க வேண்டுமெனக் கட்டளையிடுமாறு வற்புறுத்தினான். இத்தகைய கடுந்தவங்களில் தனக்கு நம்பிக்கை இல்லை எனவும் தனது பாதை நடுநிலைப் பாதை எனவும் கூறி அப்படிக் கட்டளையிட மறுத்தார் போதி மாதவர்.

எல்லாவற்றையும் தொகுத்து நோக்கும்போது வேள்விகளுக் காகவும் விருந்துக் களியாட்டங்களுக்காகவும் மிருகங்களைக் கொல்வதை மட்டுமே பவுத்தம் தடைசெய்தது என்பது தெளிவா கிறது. கிராம தேவதை வழிபாடுகளுக்காக உயிர்ப்பலிகள் மேற்கொள்வதையும் பவுத்தம் ஏற்கவில்லை.

இறைச்சியைச் சாப்பிடக்கூடியது (கல்ப்பாய மாம்சம்) எனவும் சாப்பிடக்கூடாதது (அகல்ப்பாய மாம்சம்) எனவும் பவுத்தர்கள் பிரித்து அணுகினர். ஒருவன் தனது கரங்களால் அல்லது தனது ஆணையால் கொல்லப்பட்ட மிருகத்தின் இறைச்சியே சாப்பிடக் கூடாது. இதனையே புத்தரும் அவரது சீடர்களும் விலக்கினர். உனது உணவுக்காக என நீ எந்த மிருகத்தையும் கொல்லக் கூடாது. ஆனால் ஏற்கனவே கொல்லப்பட்ட மிருகத்தின் உணவைச் சாப்பிடுவதற்குத் தடையில்லை. இறைச்சிக் கடைகளில் விற்பனை செய்யப்படும் மாமிசத்தை வாங்கி உண்பதும் தடைசெய்யப் படவில்லை. பவுத்தத்திற்குப் பெரும் போட்டியாகவும் எதிராகவும் இருந்த சமணர்கள் (நிக்கந்தர்கள்) தமது விருந்துக்கெனவே கொன்று சமைக்கப்பட்ட இறைச்சி உணவைக் கோதமர் உண்கிறார் என்கிற வதந்திகளைப் பரப்பினர். ஒரு சமயம் ராஜ கிருஹத்தில் ஜீவக கவுமார பிருத்தியன் என்பவனது மாந்தோப்பில் பகவன் தங்கியிருந்தார். அப்போது ஜீவகன் அவரை அணுகி 'பதந்தரே, தங்களுக்கெனவே கொன்று சமைக்கப்பட்ட புலாலைத் தாங்கள் உண்பதாகக் குற்றம் சாட்டப்படுகிறதே, உண்மைதானா?' என்று பணிந்து வினவினான். 'முற்றிலும் பொய்யான குற்றச்சாட்டு. நமக்காகஓர் உயிரைக் கொல்வதை நாம் பார்த்தாலோ, கேட்டாலோ, இல்லை அப்படி ஒரு சந்தேகம் நமக்கு உண்டானாலோ அந்த உணவு விலக்கத்தக்கது என்பதே என் கருத்து' என்று மறுத்தார் கோதமர்.

எனினும் புலால் உண்பதற்கு எதிர்க்கருத்தும் பவுத்தத்திற்குள் இருந்தது என்பதற்கும் சான்று உள்ளது. *லங்காவதார சூத்திரத்தில்* ஒரு கூற்று:

> அறிவில் சிறந்தவர்களே, சாப்பிடக்கூடிய இறைச்சி என்று ஏதுமில்லை. எதிர்காலத்தில் சிலர் சங்கத்தில் தோன்றி சாக்கிய புத்திரரின் (புத்தரின்) வழியைப் பின்பற்றுவதாகச் சொல்லிக் கொண்டு, துவராடையையும் அணிந்துகொண்டு உடல்சார்ந்த இச்சைகளின்பால் மக்கள் விருப்பத்தைத் திருப்பலாம்... தனது சொந்த விருப்புகளைத் திருப்தி செய்துகொள்வதற் காகத் தவறான தர்க்கங்களை முன்வைத்து இறைச்சி உண்பதை நியாயப்படுத்தலாம். நானே அனுமதித்தேன் என்றும்கூட எழுதலாம். ஆனால், அறிவில் சிறந்தவர்களே, நான் எந்தச் சூத்திரத்திலும் புலால் உணவை நியாயப்படுத்தவில்லை.

ஏற்கத்தக்க உணவாக இறைச்சியை நான் அங்கீகரித்தது இல்லை.

இது புத்தரின் கூற்றாக அதில் உள்ளது. இங்கொன்றைக் குறிப்பிடுவது முக்கியம். தொன்மையான பவுத்த பிடக நூல்கள் யாவும் பாலி மொழியில் உள்ளன. நாளெல்லாம் மக்கள் மத்தியில் அலைந்து திரிந்து பிட்சை ஏற்றுப் பிரச்சாரம் செய்து வந்த கோதமர் பாலி மொழிக்கே முதன்மை அளித்தார். வேத மொழியில் தமது கருத்துகள் பெயர்க்கப்படுவதற்கு அவர் உடன்படவில்லை. எனினும் புத்தர் வாழ்ந்த காலத்திலும் அதற்குப் பின்னும் பெரிய அளவில் பார்ப்பனர்கள் பவுத்தத்தில் இணைந்தனர். பின்னாளில் சம்ஸ்கிருதச் செவ்வியல் மொழியில் பவுத்த இலக்கியங்கள் எழுதப்படலாயின. புலால் உணவை மறுக்கும் மேற்குறித்த லங்காவதாரச் சூத்திரம் இவ்வாறு சம்ஸ்கிருதத்தில் எழுதப்பட்ட ஒன்று. பாலியில் எழுதப்பட்ட சூத்திரங்களில் புலால் உணவு ஏற்றுக்கொள்ளப்பட்டுள்ளது குறிப்பிடத்தக்கது. இதுகுறித்து எழுத வந்த சமண அறிஞர் சக்கரவர்த்தி நயினார் புலால் உணவை ஏற்கும் பாலி மொழிச் சுத்தங்கள் ஆரியரல்லாத பவுத்த ஆசிரியர்களால் எழுதப்பட்டவை எனவும் சம்ஸ்கிருத சூத்திரங்கள் ஆரிய பவுத்தர்களால் எழுதப்பட்டவையாக இருக்கலாம் எனவும் கருத்துரைப்பது கவனிக்கத்தக்கது.

எவ்வாறாயினும் நடைமுறையில் பவுத்தர்கள் புலால் உண்பவர்களாகவே இருந்தனர், இருக்கின்றனர். தமிழ்ப் பவுத்தர்கள் அனைவரும் புலால் உண்பவர்களாகவே இருந்தனர் என்பது நீலகேசி எனும் தமிழ்க் காப்பியத்திலிருந்து அறிய வருகிறது.

பவுத்தம் ஒரு வெகுஜன இயக்கமாக வரலாற்றில் விரிந்து பரவி இருந்தது என்பதை நாம் மறந்துவிடலாகாது. புத்தருக்குப் பிந்திய அடுத்த இரண்டு மூன்று நூற்றாண்டுகளில் இந்தியத் துணைக் கண்டம் முழுவதும் அது விரவியிருந்தது. பின்னர் அது சிங்களம், சீனம்... எனப் பல திசைகளிலும் பரவிப் பல்லின மக்களையும் தழுவிக்கொண்டது. இவர்களில் தொண்ணூற்றைந்து விழுக்காட்டுக்கும் மேற்பட்டோர் புலால் உண்ணக் கூடியவர்களாக இருந்தனர். இந்தியத் துணைக்கண்டத்தைப் பொருத்தமட்டில் மாமிச உணவு, காய்கறி உணவு இரண்டையும் கலந்துண்ணும் பண்பாடுதான் வரலாறு முழுவதிலும் இருந்துவந்துள்ளது. பவுத்தம் இந்த எதார்த்தத்தை ஏற்றுக்கொண்டது.

எல்லாவற்றையும் ஒதுக்கி, ஒதுங்கிய கடுந்தவம், எல்லா வற்றையும் இச்சிக்கும் வாழ்க்கை என்கிற இரு எல்லைகளுக்கும் இடைப்பட்ட 'நடுநிலைப் பாதை'யைத் தமது வழியாக அறிவித்துச் செயல்பட்டவர் புத்த பகவன். யாகங்கள், வேள்விகள் என்கிற பெயரில் பார்ப்பனர்கள் இயற்கையையும் உயிர்களையும் அழித்துப் பெரும்பான்மை மக்களைத் துயரில் ஆழ்த்தித் தாம் மட்டும் கொழுத்துக் களித்துத் திரிந்ததை மட்டுமே அவர் எதிர்த்தார். கால்நடைகள் மக்களின் செல்வங்கள் என்பதையும் அவற்றைப் போற்றிப் பாதுகாப்பதையும் அவர் வற்புறுத்தினார். எனினும் உணவுக்காகவும்கூட அவற்றைக் கொல்லலாகாது என்கிற எல்லை நிலையை பவுத்தம் வலியுறுத்தவில்லை. புத்தர் தமது நெறியை 'மஜ்ஜிம பதிபாதம்' (நடுநிலைப் பாதை) என்று கூறியது நினைவிற்குரியது.

3

புத்தர் காலக் கங்கைச் சமவெளி

பூரண மெய்யறிவை எய்திய புத்த பெருமான் அருளிய புதிய நெறியின் சிறப்புகளைப் புரிந்துகொள்ள அன்றைய கங்கைச் சமவெளியின் சமூக அரசியல் சூழல்களை அறிவது அவசியம்.

பிணி, மூப்பு, சாக்காடு ஆகியவற்றைக் கண்டு வேதனையுற்று குடும்பம், அரசு, சமூகம் ஆகியவற்றைத் துறந்து, கடுந்தவம் இயற்றி, மானுட விடுதலைக்கான பூரண மெஞ்ஞானத்தைப் புத்தர் கைவரப் பெற்றார் என்பதே நாமறிந்த வரலாறு. பார்ப்பன வேதங்களுக்கும் வேள்விச் சடங்குகளுக்கும் எதிரான ஒரு கலகச் செயற்பாடாக அவரது வாழ்வும் நெறியும் அமைந்தன என்றும் அறிந்துள்ளோம். இவற்றோடு நாம் இன்னொரு உண்மையையும் கணக்கில் கொள்வது பொருத்தம்.

அன்று இவ்வாறு சமூகத்தை விட்டு விலகித் தவநெறியை மேற்கொண்டு அலைந்து திரியும் நாடோடி வாழ்க்கையை விரும்பி ஏற்றுக்கொண்டது புத்தர் மட்டுமன்று. கங்கைச் சமவெளி முழுமையும் குறிப்பாக அதன் வடகிழக்குப் பகுதி முழுமையும் எண்ணற்ற துறவோர்கள் புத்தரைப்போல பரிவ்ராஜகம் மேற் கொண்டு அலைந்து திரிந்தனர். சிலர் தனியாகவும், சிலர் கூட்டமாகச் சங்கங்களாகவும் இத்தகைய வாழ்க்கையை மேற்கொண்டிருந்தனர். சில சங்கங்களில் அய்நூறு பேர்கள் வரை இருந்தனர் என்பது வரலாறு. இவர்களுள் ஒருவரே புத்தர்.

வேதத்தின் மூலம் மெய்யறிவைப் பெற்றுவிட இயலும், வேள்வி களின் மூலம், யாகயக்ஞங்களின் மூலம் இவ்வுலகப் பயன்களை மட்டுமன்று மறு உலகப் பேறுகளையும் பெற்றுவிட இயலும் என உபதேசித்த 'பிராமணர்'களுக்கு எதிரான இவர்கள் அனைவரும் 'சிரமணர்கள்' எனப் பொதுவாக அழைக்கப்பட்டனர்.

அதாவது தன்னை வருத்திச் 'சிரமம்' செய்து தவமியற்றி உள்ளொளியைக் கண்டடைந்தே மெய்யறிவைப் பெறமுடியும், இறுதி விடுதலை என்கிற விமுக்தி இன்பத்தைச் சுவைக்க இயலும் என இவர்கள் நம்பினர். வேதங்களோ இல்லை வேறெந்த இறைவாக்குகளோ உனக்கு வழிகாட்ட இயலாது. 'உனக்கு நீயே விளக்கு' என்றார் புத்த பகவன்.

பார்ப்பனர்களின் மேன்மை, வேதங்களின் பிரமாணத்தன்மை, வருணாசிரம ஒழுங்கு ஆகியவற்றை ஏற்றுக்கொள்ளாத வகையில் இச்சிரமணர்கள் எல்லோரிடமும் ஒரு பொதுத்தன்மை இருந்த போதிலும் 'ஆன்மா' குறித்த மதிப்பீடுகள், அவற்றின் அடிப்படை யிலான தத்துவ தர்க்கங்கள் ஆகியவற்றைப் பொறுத்து அவர்கள் தமக்குள் பெரிதும் வேறுபட்டிருந்தனர். 'த்வாஸட்டி திட்டி கதானி' என்கிற பாலி மொழிக் கூற்றிலிருந்து புத்தரின் காலத்தில் 62 சிரமணப் பிரிவுகள் இருந்தன என விளங்குகிறது. பவுத்தத்தையும் சேர்த்தால் அறுபத்து மூன்று.

இவற்றுள் ஆறு சங்கங்கள் முக்கியமானவை. முதலாவது நிக்கந்தர்கள் எனப்படும் சமணர்களின் சங்கம். புத்தருக்கு மூத்த வரும் சமகாலத்தில் வாழ்ந்தவருமான மகாவீரர் நிறுவியது இது. மற்றவை: பூரண கஸ்ஸபன், மற்கலி கோசாலன்(ஆஜிவகம்), அஜித கேசகம்பலன், பகுத கச்சாயனன், ஸஞ்சய பேலட்ட புத்தன் ஆகியோரின் தலைமையிலான சங்கங்கள். இவற்றோடு நிகண்ட நாத புத்தனது சங்கத்தையும் சேர்த்துக்கொள்ளலாம். இவை யாவிலும் புதியதும் இளையதுமான கோதம புத்தரின் சங்கம் வளர்ந்தோங்கியதற்கு காரணம் அதுவே சாதாரண மக்களின் நலன்களைப் பேசியது. அவர்களுடன் பேசியது. தவத்தில் வீண் பொழுது போக்காமல் பிட்சுகள் தர்மோபதேசம் செய்வதற்கு, நன்னெறி அறவுரைகளுக்கு முன்னுரிமை அளிக்கவேண்டும் என்றார் புத்தர். இவை பற்றி விரிவாகப் பின்னர் பார்ப்போம்.

இப்படிப் பல்லாயிரக்கணக்கானோர் சமூகத்தைவிட்டு வெளியேறி ஒரு மாற்று வாழ்முறையைத் தேடியதற்கான பின்புலத்தை அறிய அக்கால அரசியல் சமூக வரலாற்றைப் புரிந்து கொள்ள வேண்டும்.

இந்திய வரலாற்றை எழுதுகிறவர்கள் சிந்துவெளி நாகரிகத்தில் தொடங்குவது வழக்கம். கி.மு. 2500இல் தொடங்கி கி.மு. 1500 வரையில் பஞ்சாபிலுள்ள ராபி நதிக்கரையிலுள்ள ஹரப்பா, சிந்து

நதியின் வலக் கரையிலிருந்த மொகஞ்சதாரோ ஆகிய இரு நகரங்களை மய்யமாகக் கொண்டு வடதெற்காகச் சுமார் 95 மைல் தொலைவுவரை பரவியிருந்த நகர நாகரிகம் இது. நிலைத்த விவசாயம், நாகரிகமான இல்லங்கள், இரும்பு, குதிரைகள் ஆகியவற்றைப் பயன்படுத்தாததால் தேக்கமுற்ற உற்பத்தி அமைப்பு ஆகியவற்றுடன்கூடிய இந்த நகர நாகரிகச் சமூகத்தினரை மத்திய தரைக்கடல் மற்றும் புரோடா ஆஸ்திரேலாய்டு இனப் பண்புடையவர்கள் என மானுடவியலாளர்கள் குறிப்பிடுகின்றனர். இவர்களைத் திராவிடர்கள் எனக் கருதுவோரும் உண்டு. இன்றும் வாசிக்கப்படாத சிந்துவெளி முத்திரைகள் குறித்துப் புரிதல் ஏற்படும் போதே இதுகுறித்த இறுதி முடிவுக்கு நாம் வர இயலும். அடிக்கடி நிகழ்ந்த சிந்துநதி வெள்ளத்தால் ஏற்பட்ட பேரழிவுகளாலும், கி.மு.1500க்குப் பிறகு மேற்கொள்ளப்பட்ட ஆரிய மொழிக் குழுவினரின் அடுத்தடுத்த படையெடுப்புகளாலும் சிந்து வெளி நாகரிகம் வீழ்ச்சியுற்றது.

கி.மு.1500 தொடங்கி கி.மு.500 வரையிலான ஆயிரமாண்டுகளை வேதகாலம் எனப் பொதுவாகக் குறிப்பிட்ட போதும் அதனை இரண்டாகப் பிரித்து நோக்குவது நல்லது. கி.மு.900 வரையிலான காலத்தை முன்வேத காலம் அல்லது ருக் வேத காலம் எனலாம். முதற்கட்ட ஆரியப் பரவலை இது குறிக்கிறது. ருக்வேதப் பாடல்கள் (சம்ஹிதைகள்) இயற்றப்பட்ட காலம் இது. இப்பாடல்களில் யமுனைக்குத் தென்பகுதிகள் பற்றியோ, கிழக்குப் பகுதிகள் பற்றியோ, விந்திய மலைகளைப் பற்றியோ குறிப்புகள் இல்லை. இமயம் மட்டுமே குறிப்பிடப்படுகிறது. கங்கையைப் பற்றிக்கூட ஒரே ஒரு பாடல்தான் உண்டு. எனவே பஞ்சாப் மற்றும் வட மேற்கு மாகாணத்திற்குள் இந்த ருக் வேதகால நாகரிகம் நிலை கொண்டிருந்தது எனலாம்.

சிந்து வெளி நாகரிக அழிவில் எஞ்சியவர்களான சற்றே கருத்த நிறமுடைய மக்கள் தாசர்கள் அல்லது தஸ்யூக்கள் என அழைக்கப் பட்டனர். லிங்கத்தை வணங்கிய இவர்கள் கீழ்நிலையில் உள்ளவர்களாகக் கருதப்பட்டனர். இவர்களோடு மண உறவு பூண்ட ஆரியர்களும் சமூகத்தின் விளிம்பில் நிறுத்தப்பட்டனர். சமூகப் படிநிலையில் மிகவும் தாழ்ந்தவர்களாக ஒதுக்கி வைக்கப்பட்டனர். ஆரியக் கடவுளான இந்திரன் தஸ்யூக்களை வென்ற வரலாற்றை ருக்குகள் குறிக்கின்றன.

நாடோடிகளான ஆரிய குலத்தினர் ஆங்காங்கு நிலைபெற்று புராதன வடிவிலான அரச குலங்களைத் தோற்றுவித்தனர். இவற்றில் குரு, பாஞ்சால குலங்கள் முக்கியமானவை.

'அக்னி'யை வணங்கும் ஆரியர்கள் யாக யக்ஞங்களைச் செய்கிற வேள்விக் கலாச்சாரத்தை அறிமுகப்படுத்தினர். அரிசி, கோதுமை முதலான தானியங்களைத் தீயில் எரித்து வேள்விகள் மேற்கொள்கிற நிலை என்பது படிப்படியாக மாறி நூற்றுக்கணக்கில், ஆயிரக் கணக்கில் ஆடுகள், பசுக்கள், எருதுகள், குதிரைகளைப் பலியிட்டுத் தீயில் எரியும் பிரம்மாண்டமான யாகங்களாக வேள்விகள் விரிந்தன. இவற்றைச் செய்யத் திறனுள்ள வேத விற்பன்னர்களான பார்ப்பனர் களுக்குச் சமூகத்தில் மிகுந்த மரியாதை இருந்தது. பொருளியல் பலன்களும் அவர்களுக்கு நிறையவே கிடைத்தன. நால்வருணப் பண்பாடு கோட்பாட்டளவிலும், நடைமுறையிலும் அறிமுகப் படுத்தப்பட்டது. மேய்ச்சலும், விவசாயமும் கலந்த ஒருவகைக் கலப்புப் பொருளாதாரம் நிலவியது. கால்நடைகள் இன்றைய நாணயங்களுக்குச் சமமானப் பொருளியல் முக்கியத்துவம் பெற்று விளங்கின.

கால்நடைச் செல்வங்களை ஆயிரக்கணக்கில் பலியிடுகிற வேள்விப் பண்பாட்டை அன்று உருவாகிக்கொண்டிருந்த அரசர் களும் பார்ப்பனர்களும் ஆதரித்தபோதும் மக்கள் வெறுத்தனர். பலியிடப்பட்ட கால்நடைச் செல்வங்கள் அனைத்தும் இவர் களிடமிருந்தே வன்முறையாகக் கைப்பற்றப்பட்டன என்பது குறிப்பிடத் தக்கது.

கி.மு.900 வாக்கில் இன்றைய டெல்லிக்கு அருகிலிருந்த குருஷேத்திரத்தில் மகாபாரதப் போர் நடைபெற்றிருக்கலாம் எனக் கருத இடமுண்டு. இரு குலங்களுக்கிடையே நடைபெற்ற இந்தச் சிறுபோர் மகாபாரதத்தில் பெரிதும் மிகைப்படுத்தப்பட்டுக் காணப்படுகிறது. இக்காலகட்டத்தின் வரலாற்றைப் பேசுகிற மகாபாரதமாகட்டும் இதற்குச் சற்றே பிந்தையகால வரலாற்றைப் பேசுகிற இராமாயணம் ஆகட்டும் வரலாற்றாய்வுகளுக்கு எள்ளளவும் பயனற்றவை என்பது அறிஞர்கள் கருத்து. இன்று எவ்வளவுதான் புகழப்பட்டாலும் 'சக்கரவர்த்திகள்' என்றெல்லாம் குறிக்கப்பட்டாலும் இராமனையும் அவனது தந்தை தசரதனையும் பற்றிய குறிப்புகள் சமகால இலக்கியங்களில் பதியப்படவில்லை. சீதையின் அப்பனும் இராமனின் மாமனுமாகிய ஜனகன் பற்றிய

குறிப்புகள் மட்டும் கிடைக்கின்றன. தத்துவ விசாரங்களிலும் விவாதங்களிலும் இடம் பெற்றதாலும் அத்தகைய ரிஷிகள், முனிவர்கள் ஆகியோருக்கு ஊக்கமளித்ததாலும் ஜனகனின் பெயர்வரலாற்றில் இடம்பெறுகிறது.

கி.மு.1000 முதல் கி.மு.500 வரையிலான காலகட்டத்தைப் பின்தேவகாலம் என்பர். யாக யக்ஞங்களின் விதிமுறைகளை விரிவாகப் பேசுகிற பிராமணர்கள், அவற்றின் உயர்மறைப் பொருளை விளக்கும் ஆரண்யங்கள், முதற்கட்ட உபநிடதங்கள் ஆகியன இக்காலகட்டத்தில் உருப்பெற்றன.

பரீட்சித், ஜெனமே ஜெயன் முதலான வேத கால மன்னர்களின் காலத்தில் வேள்விகள் மேலும் விரிவாயின. இராஜசூயம், வாஜ் பேயம், அஸ்வமேதம் என இவை மேலும் நுணுக்கங்களாயின. அரசனின் முடி சூட்டலுடன் இணைந்த சடங்காகிய இராஜசூய யாகத்தை முழுமையாக நடத்தி முடிக்கச் சுமார் ஓராண்டு காலம் வரை ஆகும் என்றால் பார்த்துக்கொள்ளுங்கள்.

கிழக்கு நோக்கி விதேகம்வரை அக்னிதேவன் பூமியை எரித்தான் எனவும் சரஸ்வதி நதிக்கரையிலிருந்து வந்த விதேக மாதவன் இப்பகுதியில் குடியேறி அரசமைத்தான் எனவும் *சதபத பிராமணம்* கூறுகிறது. இக்கதை கங்கையை ஒட்டிக் கிழக்கு நோக்கி ஆரியப் பரவல் நிகழ்ந்ததைக் குறியீடு செய்கிறது என அறிஞர் ஏ.எல். பாஷம் போன்றோர் கருதுகின்றனர்.

விதேகத்திற்குத் தெற்காக கங்கையின் வலக் கரையில் அமைந்த மகதம், மகதத்திற்குக் கிழக்கே இன்றைய வங்கத்தை ஒட்டியிருந்த அங்கம் ஆகிய பிரதேசங்களில் எல்லாம் ஆரிய விரிவாக்கம் நடைபெற்றது. யமுனைக்குக் கிழக்காக வங்கம் வரையிலுள்ள பகுதிகள் இக்காலகட்டத்தில் உருவான பிரதிகளில் இடம் பெறுகின்றன. கங்கைக்கு வடபுறமாய் இமயத்தின் அடிவாரத்தை ஒட்டி இந்த விரிவாக்கம் அதிக அளவில் இருந்தது.

இங்கெல்லாம் பழங்குடியரசுகள் படிப்படியாக அழிக்கப்பட்டுப் புதிய அரசுருவாக்கங்கள் தொடங்கின. எனினும் புத்தரது காலம் வரை பழங்குடியரசுகள் முழுமையாக அழிக்கப்படவில்லை. சம்ஸ்கிருதத்தில் எழுதப்பட்டுள்ள பவுத்த நூலாகிய அவனந்த சூதகத்தில் ஒரு கதை: புத்தர் வாழ்ந்த காலத்தில் வட இந்தியாவில் ‘நடுநாட்டைச் ’ சேர்ந்த வணிகக் குழு ஒன்று தக்காணத்திற்குச்

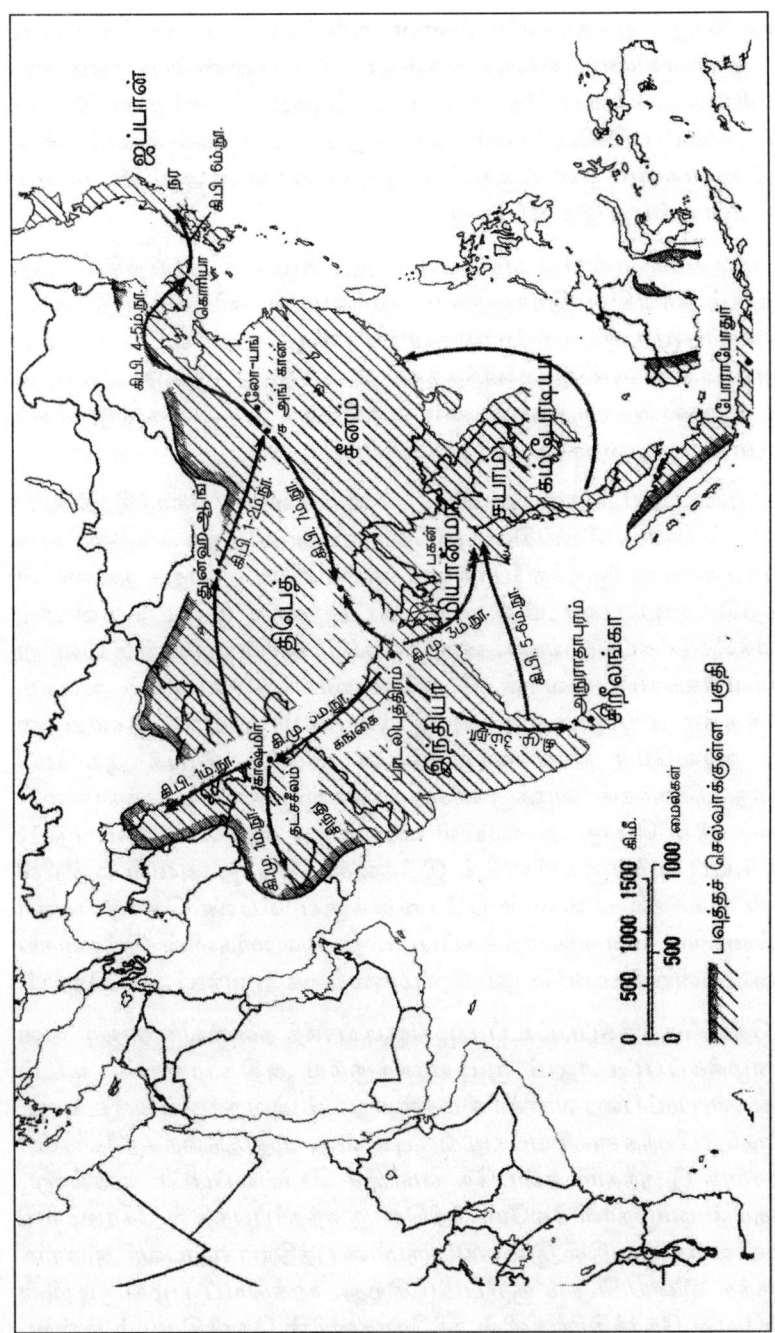

பவுத்தம் பரவிய நாடுகள்.

செல்கிறது. தக்காண மன்னன் அவர்களிடம் கேட்கிறான், 'பெருந்தன வணிகர்களே, உங்கள் நாட்டு அரசனின் பெயர் என்ன?' வணிகர்கள், 'தேவா! கேசித் தேச கணதினஹ், கேசித் ராஜாதினஹ் இபி' எனப் பதிலிறுத்தனர். அதாவது சில பகுதிகள் கணங்களின் ஆட்சியாகவும் சில பகுதிகள் முடியரசுகளின் ஆட்சியாகவும் உள்ளன என்பது இதன் பொருள்.

முடியரசு என்பது பரம்பரை ஆட்சிமுறை, பயிற்சிபெற்ற ஆயுதம் தாங்கிய இராணுவம், வரிவசூல், விரிவான நிர்வாக அமைப்பு முதலியவற்றோடு தனிச்சொத்து, கடன், வட்டி முதலிய நிறுவனங் களும் இணைந்ததாக அமைந்தது. இதை யொட்டி ஏமாற்றுதல் அதற்குத் தண்டனை வழங்குதல் முதலிய கருத்தாக்கங் களும் நடைமுறைகளும் உருவாக்கப்பட்டன.

பழங்குடியரசுகள் பல்வேறு கணங்களின் (கோத்திரங்கள்) தொகுப்புகளாக விளங்கின. ஒவ்வொரு கணத்திற்கும் ஒரு தலைவன் பரம்பரையாக இருந்தபோதிலும் குடியரசின் பொதுத் தலைவன் சுழற்சி அடிப்படையில் குறிப்பிட்ட கால இடைவெளியில் தேர்ந்தெடுக்கப்படுவான். கணத்தலைவர்களின் ஒருவன் இவ்வாறு தேர்வுசெய்யப்படுவான். போரென்றால் அனைவரும் ஆயுதம் தரிக்கக்கூடிய நிலைதான் இருக்குமே ஒழியத் தனியான இராணுவமோ நிர்வாகத்திற்கென விரிந்த பிரபுக் குலமோ இராது. நிர்வாகம், வழக்கு விசாரணைகள் முதலியன 'சந்தாகாரம்' எனப்படும் பொது அவையில் விவாதித்து முடிவெடுக்கப்படும். சாக்கியப் பழங்குடியினரின் இத்தகைய பொது அவை ஒன்றில் தான் கோசல மன்னன் பசேனதிக்குப் பெண் கொடுப்பதா இல்லையா என விவாதிக்கப்பட்டது. மல்லர்களின் இத்தகைய அவை ஒன்றில்தான் கோதமரின் மரணத்தை ஆனந்தர் அறிவித்தார்.

தேர்ந்தெடுக்கப்பட்டப் பழங்குடியரசுத் தலைவர் 'ராஜா' என அழைக்கப்பட்டாலும் முடியரசுக்குரிய அதிகாரங்கள், ஆடம் பரங்கள், பரம்பரை வாரிசுரிமைகள் எதுவும் அவருக்கும் கிடையாது. கோதமர் பிறந்த சாக்கியப் பழங்குடியில் அவரது தந்தை சுத்தோதனர் அரசராக இருந்தார் என்பதே நமக்குச் சொல்லப்பட்ட வரலாறு. புத்தரின் வாழ்நாளிலேயே பிறிதொரு சந்தர்ப்பத்தில் கோதமரின் உறவினரும் வயதில் இளையவருமான பத்தியா என்பவர் அரசராக இருந்த வினயபிடகம் குறிப்பிடுகிறது. சாக்கியப் பழங்குடியின் பல்வேறு கோத்திரங்களில் சுத்தோதனரின் கோத்திரமும் ஒன்று.

கோதமர் என்கிற பெயரே கோத்திரப் பெயர்தான் எனச் சொல்பவர்களும் உள்ளனர். இல்லை அது இயற்பெயர்தான், கோதமர் ஆதித்ய கோத்திரத்தைச் சேர்ந்தவர் என்பார் தர்மானந்தர்.

பழங்குடியரசுகளிலிருந்து முடியாட்சி உருவானது குறித்துப் பார்ப்பன மரபும் பவுத்த மரபும் வெவ்வேறு பார்வைகளைக் கொண்டுள்ளது குறிப்பிடத்தக்கது.

4

பார்ப்பன அரசும் பவுத்த அரசும்

மனிதர்கள் தோன்றிப் பல்லாயிரம் ஆண்டுகள் வரை அரசு என்னும் நிறுவனம் தோன்றியதில்லை. அரசுக்கு முந்தைய பழங்குடிச் சமூகங்கள் சமத்துவம் மிக்கவையாகவும், சொத்துரிமை என்கிற வேட்கையற்றதாகவும், சமூக உறுப்பினர் களின் கருத்து ஒருமிப்பு அடிப்படையில் செயலாற்றக்கூடிய புராதனச் சனநாயகம் மிக்கவை யாகவும் விளங்கின. சொத்துக் களையும் ஏற்றத்தாழ்வுகளையும் நிலை நிறுத்தக்கூடிய தரும சாத்திரங்களும்(எடு: மனு தருமம், அர்த்த சாஸ்திரம்) அறமதிப்பீடுகளும் இல்லாதவையாகவும் விளங்கின. இவற்றைப் புராதனப் பொதுவுடைமைச் சமூகங்கள் என மார்க்சியர்கள் குறிப்பர்.

பழங்குடிச் சமூகங்களிலிருந்து முடியரசுகள் எவ்வாறு உருவாயின என்பது குறித்துப் பல்வேறு கருத்துகள் உள்ளன. தனிச்சொத்து, குடும்பம், வர்க்கப் பகைமை ஆகியவற்றின் விளைவாகவே அரசு உருவாகியது என்கிற மார்ச்சியச் சிந்தனை குறிப்பிடத்தக்க ஒன்று. லெனின் எழுதிய *அரசு* என்னும் குறுநூல் இதனை எளிமை யாக அறிமுகம் செய்யும்.

பார்ப்பன மரபும் அரசுருவாக்கம் பற்றிய தொன்மங்களை உருவாக்கிப் போற்றி வருகிறது. பின் வேதநூல்களில் ஒன்றாகிய *அயத்ரேயப் பிராமணம்* (கி.மு.7அல்லது 8ஆம் நூற்றாண்டு) அரசு உருவாக்கம் பற்றி இப்படிச் சொல்கிறது: முன்னொரு காலத்தில் தேவர்களுக்கும், அசுரர்களுக்கும் பெரும்போர் மூண்டது. தேவர்கள் படுதோல்வியுற்றனர். தோல்வியுற்ற தேவர்கள் கூடிப் போரில் தலைமையேற்கத் தமக்கு ஒரு 'ராஜா' வேண்டுமென முடிவு செய்து சோமனை ராஜாவாக நியமித்தனர். அவன் தேவர்களுக்குத் தலைமை ஏற்றுப் போரில் வெற்றி ஈட்டித் தந்தான்.

சற்றே பிந்தைய *தைத்ரேயப் பிராமணம்* கொஞ்சம் மாறுபட்ட ஒரு தொன்மத்தைக் கட்டமைக்கிறது. தோல்வியுற்ற தேவர்கள் தமக்கான மன்னனை நியமித்துக்கொள்ளாமல் வேள்விகள் நிகழ்த்திப் ப்ரஜாபதியை வேண்டினர். பெருங்கடவுளான ப்ரஜாபதி தனது மகன் இந்திரனை அரசனாக நியமித்தான். இந்திரன் தேவர்களுக்குத் தலைமை ஏற்றுப் போரில் வெற்றி ஈட்டினான்.

> எல்லா உலகங்களும் அரசனின்றி அச்சத்தால் எப்பக்கங்களாலும் சிதறுண்டிருக்குங்கால் அவ்வெல்லாவற்றையும் காத்தல் பொருட்டு இந்திரன், வாயு, இயமன், சூரியன், வருணன், அக்னி, சந்திரன், குபேரன் ஆகிய இவர்களுடைய அழிவில்லாத கூறுகளில் இருந்து அரசனைப் பிரமதேவன் படைத்தான்

எனச் *சுக்கிர நீதி* கூறுகிறது. ‘திருவுடைமன்னரைக் காணில் திருமாலைக் கண்டேனே’ என்கிற தமிழ்ப் பாசுரம் அனைவரும் அறிந்தது.

எனவே பார்ப்பன மரபுப்படி போரில் தலைமை ஏற்று நடத்திச் செல்வதே அரசனின் முதற்கடமை. அரசனில்லாதவர்கள் போரில் வெற்றி பெற இயலாது. எதிரிகளை (அசுரர்களை/பழங்குடிகளை) வெல்ல இயலாது. தவிரவும் பார்ப்பன மரபுப்படி ஒருவன் அரசனாக ஏற்புப் பெறுவதற்கு இறை அனுமதி பெறவேண்டும். எல்லாம்வல்ல இறைவனே அரசனின் முன்மாதிரி. அவன் இதர சாமான்ய மக்களுக்குச் சமமானவன் அல்ல. வேதங்களை நிலை நிறுத்துபவன். தரும சாத்திரங்களின்படி ஆட்சிசெய்பவன்.

அரசனுக்கு முடிசூட்டியவுடன் பார்ப்பனர் மேற்கொள்ளும் யாகங்களும் (ராஜசூயம், அஸ்வமேதம்) இதையே உறுதி செய்கின்றன. புலித் தோலின் மீது அரசன் மூவடிகளை எடுத்து வைக்க வேண்டும் என்பது ஒரு சடங்கு. மூவடியால் பிரபஞ்சத்தையே அளந்த விஷ்ணுவின் அவதாரமாக மன்னனைக் கட்டமைப்பதே இது. விஷ்ணு வைத்த மூன்றாவது அடி பழங்குடித் தலைவனாகிய மாவலியின் தலைமீது என்பது குறிப்பிடத்தக்கது.

சமத்துவமும் புராதனச் சனநாயகமும் கூடிய பழங்குடிச் சமூகங்கள் முடியரசுகளுக்கு அருகே செயல்படுவதை மிகப் பெரிய ஆபத்தாகப் பார்ப்பன மரபு கருதியது. சந்திரகுப்தனின் பார்ப்பன அமைச்சனான கவுடில்யன் என்கிற சாணக்யன் பழங்குடிச் சமூகங்களின் ஒற்றுமையைச் சிதைப்பதை அரசின் பிரதான கருமமாக முன்வைத்தான்:

ஒற்றர்கள் இச்சமூகங்களுக்குள் ஊடுருவ வேண்டும். அவர்கள் மத்தியில் இருக்கக்கூடிய சிறு வெறுப்புகள், பகைமைகள், முரண்கள் ஆகியவற்றைக் கண்டறிந்து அவற்றை ஊதிப் பெரிதாக்கிக் கருத்துவேற்றுமையை உருவாக்க வேண்டும். மதனச்சாறு கலந்த சாராயத்தை விழாக்களின்போது ஊற்றிக் கொடுத்து மயக்கும் அழகுடைய பெண்களைப் பயன்படுத்திப் பழங்குடித் தலைமைகளை வீழ்த்த வேண்டும்'

என்பது அர்த்தசாஸ்திரம் சொல்லும் அரச நீதி.

கொஞ்சம் கொஞ்சமாகப் பழங்குடியரசுகள் அழிக்கப்பட்டு முடியரசுகளால் உட்செரிக்கப்பட்டன. மகத மன்னன் அஜாதசத்ரு வஜ்ஜியர்களை வீழ்த்தியதும் கோசல மன்னன் விதூதபன் கோதமரின் சாக்கிய குலத்தை அழித்ததும் புத்தரின் கண்முன் நடைபெற்ற நிகழ்ச்சிகள். பெரும் செல்வாக்குபெற்ற முனிவராக இருந்தபோதும் புத்தரால் அவற்றைத் தடுக்க இயலவில்லை. வெறுமனே பார்த்துக்கொண்டு மவுன சாட்சியாக இருக்க மட்டுமே முடிந்தது.

அரசுருவாக்கம் குறித்தப் பவுத்த மரபு விரிக்கும் கதை பார்ப்பனமரபிலிருந்து முற்றிலும் வேறுபட்டுள்ளது. மகாவஸ்து அவதானத்தில் காணப்படும் இக்கதையாடலின் அடிப்படையான கூறுகளை அறிஞர்கள் பாஷம், எச்.பி. சாஸ்திரி முதலானோர் பின்வருமாறு தொகுக்கின்றனர்:

தொடக்கத்தில் மக்கள் அனைவரும் அன்பையே உணவாகப் புசித்துப் பேரானந்தத்தையே இல்லமாகக் கருதி வாழ்ந்திருந்தனர். இந்தப் பேரானந்த உலகில் உணவு, உடைகளுக்கான தேவைகளோ இல்லை தனிச்சொத்து, குடும்பம், அரசு, சட்டங்கள் முதலிய நிறுவனங்களோ அமைந்திருக்கவில்லை. அவர்கள் செய்தனவெல்லாம் தர்மங்களாகவே விளங்கின.

படிப்படியாகப் பிரபஞ்சவீழ்ச்சி தொடங்கியது. மக்கள் உணவு, உறையுள் ஆகியவற்றின் தேவைகளை உணரத் தொடங்கினர். வருண அடிப்படையில் வேறுபாடுகள் உருவாயின. நல்ல வருணத்தவர்கள் மோசமான வருணத்தவரை இகழ்ந்தனர்.

உணவுத் தேவைகளுக்காக இயற்கைத் தாவரங்களை உண்ணத் தொடங்கினர். கொஞ்சம் கொஞ்சமாக அரிசியைப் பதுக்கி வைக்கும் எண்ணம் தொடங்கிப் பேராசையாக வளர்ந்தது.

பார்ப்பன அரசும் பவுத்த அரசும் பாலியல் வேறுபாடுகளை உணரத் தொடங்கினர். இணைசேர்ந்து குடும்பமாக வாழத் தொடங்கினர். குடும்ப வேலைகள் பெண்களுக்குரியதாயின.

இதன் அடுத்த கட்டமாகத் தனிச் சொத்துரிமை உருவாகியது. கூட்டுடமை ஒழிந்து நிலங்கள் பிரித்துக் கொடுக்கப்பட்டன. வேலிகள் அமைக்கப்பட்டன. ஒருவர் சொத்தில் இன்னொருவர் பிரவேசிக்கலாகாது எனச் சட்டங்கள் உருவாயின.

விளைச்சல் நன்றாக அமையாவிட்டால் என்ன செய்வது என்கிற கவலை சிலரை வாட்டத் தொடங்கியது. இந்த அச்சத்தால் உந்தப்பட்ட ஒருவன் பக்கத்து நிலத்தில் களவாடிய போது பிடிபட்டான். 'திருடன்' எனப் பெயர் சூட்டப்பட்டு தண்டிக்கப் பட்டான். இவ்வாறு திருட்டு, பொய்மை, தண்டனை முதலியவை உருவாயின.

இந்நிலையில் எல்லோரும் கூடி ஒரு முடிவெடுத்தனர். நில எல்லைகளை வரம்பு மீறாமல் பாதுகாக்க நம்மில் ஒருவரைத் தேர்வு செய்வோம். அதற்குக் கூலியாக நாம் ஒவ்வொருவரும் நமது விளைச்சலின் ஒரு பகுதியை அவனுக்கு அளிப்போம். எல்லோருக்கும் நியாயமான பங்கு கிடைக்கிறதா என அவன் கண்காணிப்பான். குற்றவாளிகளைத் தண்டிப்பான்.

இவ்வாறு அனைவரது கருத்தொருமிப்பின் அடிப்படையில் எல்லோரின் சம்மதத்துடன் தேர்வு செய்யப்பட்டவன் 'மகா சம்மதா' என அழைக்கப்பட்டான். அவனுக்கு 'ராஜா' எனப் பெயரிடப்பட்டது. 'ரஞ்சயதி'—எல்லோரையும் மகிழ்ச்சிப் படுத்துபவன் என்கிற வேர்ச் சொல்லில் இருந்து உருவானதே ராஜா என்னும் சொல்.'

இவ்வாறு தனிச்சொத்து, குடும்பம் ஆகியவற்றின் தோற்றத்தோடு அரசுருவாக்கத்தை இணைத்துப் பேசுகிற பவுத்த மரபு இவ்வகையில் லெனின், ஏங்கல்ஸ் முதலியோர் விரித்துரைக்கும் அரசு பற்றிய சிந்தனைக்கு இணையாக இருப்பது குறிப்பிடத்தக்கது. மக்களுக்கும் மன்னனுக்குமான உறவு ஒப்பந்த அடிப்படையிலானதாகக் கருதப் படுவது பிளேட்டோவின் அரசியல் கோட்பாட்டை ஒத்திருக்கிறது.

பார்ப்பனக் கோட்பாடு உரைப்பதுபோல இங்கே அரசு என்பது தேவலோக மாதிரியில் கட்டமைக்கப்படவில்லை. அரசன் என்பவன் கடவுளால் அருளப்பட்டவனோ அனுப்பப்பட்டவனோ

அல்ல. அவன் மக்களின் மகா சம்மதத்துடன் தேர்வு செய்யப் பட்டவன். அவனுக்கு வழிகாட்ட தர்ம சாத்திரங்கள் இல்லை. கருத்தொருமிப்பின் அடிப்படையிலேயே அவன் செயல்பட வேண்டும். அரசனுக்கு எந்தப் பெரிய மரியாதையும் பவுத்த மரபுக் கதையாடலில் அளிக்கப்படவில்லை. அவன் மக்கள்மீது சர்வாதிகாரம் செலுத்தக்கூடியவனல்ல. வெறும் போர்த் தொழில் மட்டுமே அவனது கடமையல்ல.

புத்தமரபில் வந்த சந்திரகீர்த்தி (கி.பி.5ஆம் நூ.) உரைத்தது போல அவன் 'கணதாசன்': மக்களின் அடிமை.

பின்னாளில் பேரரசர் அசோகர் கட்டமைத்த சக்கரவர்த்தி என்கிற கருத்தாக்கமும் இத்தகையதே. புத்தரைப் போலவே அரசியல்நெறி நின்று உலகைக் காப்பவனே மன்னன். கலிங்கப் போருக்குப்பின் அசோகனது படைகள் அணிவகுப்பிற்காகவும் மக்கள் சேவைக் காகவும் மட்டுமே பயன்படுத்தப்பட்டன.

அரசுருவாக்கம் பற்றி இத்தகைய கற்பிதத்தைப் பவுத்தநெறி முன்வைத்தபோதும் கங்கைச் சமவெளியின் பழங்குடியரசு களை அழித்து உருவாகிய முடி அரசுகள் அப்படி அமையவில்லை. பழங்குடிச் சமூகத்தின் சமத்துவம், சகோதரத்துவம், புராதனச் சனநாயகம் அனைத்தும் அழிக்கப்பட்டன.

பாரம்பரிய அரசுரிமை பெற்ற மன்னர்களின் ஆடம்பர வாழ்வும், அதிகரித்துவந்த அதிகார மற்றும் பிரபுத்துவ வர்க்கங் களின் சொகுசுகளும் படாடோபங்களும், அரசர்களின் போர் வெறியும் மண்ணாசையும் கண சமூக வாழ்வின் சமத்துவ அற மாண்புகளை வீழ்த்தின. இதன் விளைவாக எண்ணற்ற துன்பங் களை மக்கள் எதிர்கொள்ள வேண்டியதாயிற்று.

காசிப் பேருரையின் போது பகவன் புத்தர் கூறுவார்: 'இந்தத் துன்பங்களுக்கெல்லாம் காரணம் சுகபோகங்களின் மீதான ஆசை, சொகுசான வாழ்வின் மீதான ஆசை, அதிகாரத்தின் மீதான ஆசை ஆகியவைதாம்.'

இந்து அரசியல் வாழ்வை ஆய்வு செய்த அறிஞர் ஜெயஸ்வால் குறிப்பிடுவார்:

கி.மு. 600 முதல் 400 வரையிலான காலகட்டத்தில் கங்கைச் சமவெளியின் கிழக்குப் பகுதிகளில் வாழ்ந்த இந்துக்களைப்

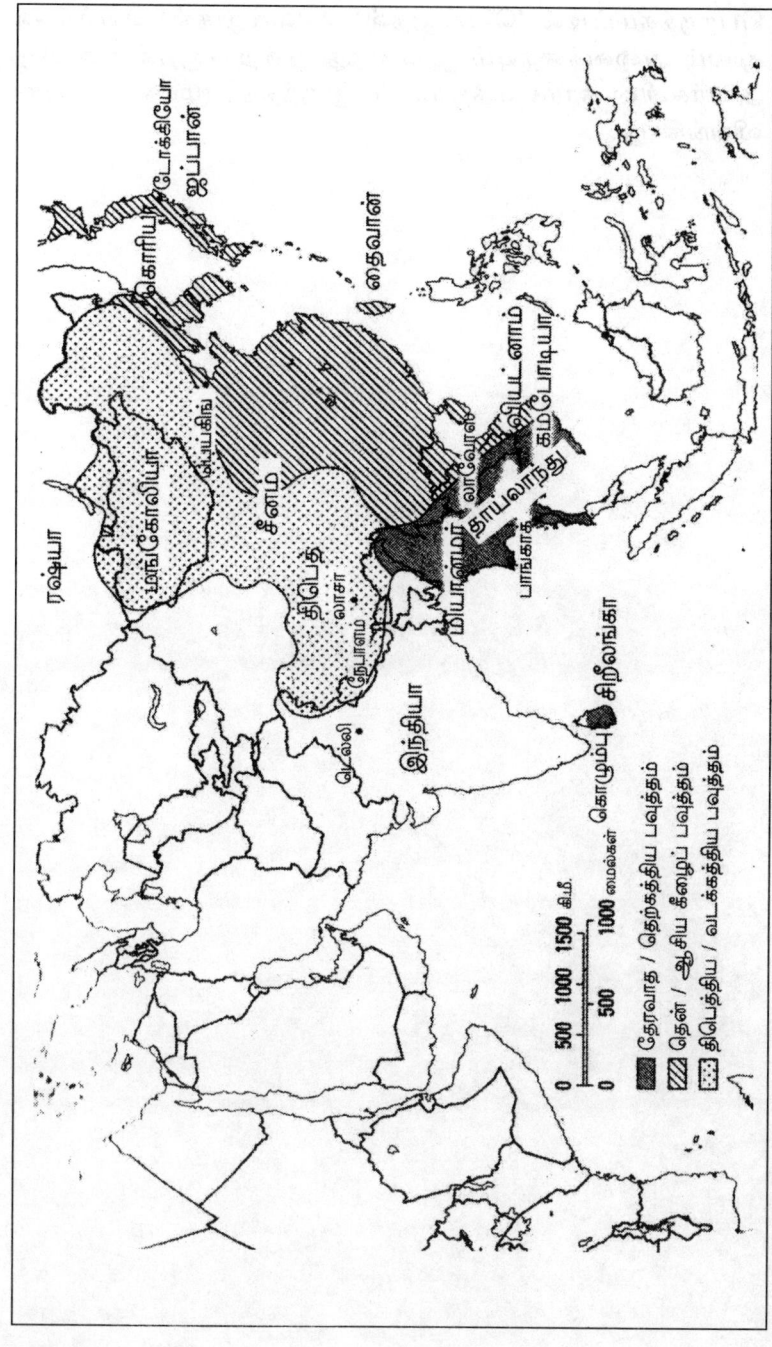

ரஷ்யா
மங்கோலியா
கொரியா
டோக்கியோ
ஜப்பான்
பீய்கிங்
சீனம்
திபெத்
லாசா
டெல்லி
நேபாளம்
தைவான்
இந்தியா
மியான்மர்
லாவோஸ்
தாய்லாந்து
வியட்னாம்
பாங்காக்
கம்போடியா
0 500 1000 1500 கி.மீ.
0 500 1000 மைல்கள்
கொழும்பு
சிறீலங்கா
தேரவாத / தெற்கத்திய பவுத்தம்
தென் / ஆசிய கீழைப் பவுத்தம்
திபெத்திய / வடக்கத்திய பவுத்தம்

வாழும் பவுத்தங்கள்.

பொருத்தமட்டில் 'வெல்லுதல்', 'வெல்லுதல்' வெற்றிகள் மூலம் அனைத்தையும் இணைந்து ஒன்றாக்குதல் என்பதே அவர்களின் தாரக மந்திரமாக இருந்தது; மூச்சுக்காற்றாக விளங்கியது.

5

சிரமணம்: ஓர் எதிர்க் கலாச்சார இயக்கம்

ஒரு பக்கம் போர்வெறி, சொத்துவேட்கை, ஏற்றத்தாழ்வுகள் எனப் பழங்குடிச் சமூகத்தின் சமத்துவ மாண்புகள் வீழ்ச்சியடைதல்; இன்னொரு பக்கம் வேதங்களின் அடிப்படையில் வேள்விகளின் பெருக்கம்-இதுதான் புத்தர் காலக் கங்கைச் சமவெளி. வேள்வி களுக்காக ஏழை எளியவர்களின் ஆடு, மாடுகள் எல்லாம் இழுத்துச் சென்று வெட்டிக் கொல்லப்பட்டன. அடிமைகள் கட்டாய உழைப்பிற்கு நிர்பந்திக்கப்பட்டனர். அடிமைகள் அழுதுகொண்டே வேலை செய்ததாகக் குறிப்புகள் உள்ளன.

இந்நிலையில் அதிருப்புதியுற்று வெறுப்படைந்த பலர் அன்றைய சமூக வாழ்வைத் துறந்து வெளியேறத் தொடங்கினர். சிலர் காடுகளுக்கு ஏகினர். சிலர் வீடுகளைத் துறந்து பிட்சை ஏற்று அலைந்து திரியும் (பரிவ்ராஜகம்) வாழ்வைத் தேர்ந்தனர்.

வைதீக மதத்திற்கு எதிராக உருவான சிரமண மதங்கள் யாவும் வேள்விகளைக் கண்டித்தன. சர்வ தரிசன சங்கிரகத்தில் வரும் சார்வாக மத வருணனையில்,

> அக்னிஷ்டோம யாகத்தில் கொலையுண்டப் பசு சொர்க்கத்திற்குப் போகிறதென்றால் வேட்பவன் (வேள்வி செய்பவன்) அந்த யாகத்தில் தன் தந்தையையே ஏன் கொல்லக்கூடாது?...
> வேதங்களை இயற்றியவர் மூவர்: சோமாறி, மோசக்காரன், அரக்கன்

எனச் சார்வாகர்கள் பழிப்பதாக உள்ளது. புத்தரும் வேள்விகளைக் கடுமையாகக் கண்டித்ததை நாம் அறிவோம். யாக சாலைகளுக்குப் பதிலாக மக்கள் வேதனைகளைப் போக்கும் அறச்சாலைகளின் தேவையை அவர் வற்புறுத்தினார்.

புதிய சமூக மாற்றங்களால் ஏற்பட்ட உளவியல் நிலைகுலைவு களாலும் இவற்றுக்கான காரணங்களை அறியும் வேட்கையாலும் புதிய அதிகாரங்களிலிருந்து தம்மை விலக்கிக்கெள்ள விரும்பிய தாலும் சமூக வாழ்வைத் துறந்து தனியர்களாய்க் காடுகளை நோக்கிச் சென்று கடுந்தவம் இயற்றியவர்கள் யதி, முனி, ரிஷி (ascetics) என அழைக்கப்பட்டனர். முனி என்னும் சொல்லின் வேர்ச் சொல் மாயம், மந்திரம், தவம் முதலிய பொருள்களைக் குறிக்கும். எனினும் முனிவர்களாகிய இவர்கள் மாந்த்ரீகர்கள் அல்லர்.

புதிய அதிகாரங்களிலிருந்து தம்மை விலக்கிக்கொண்டு வெளியே வந்தவர்களாயினும் காடுகளுக்குச் சென்று கடுந்தவம் புரியாமல் கூட்டம் கூட்டமாய் நாடோடி வாழ்க்கையை மேற்கொண்டு, சங்கங்களாய் இணைந்து, மடங்களில் தங்கி, மக்கள் மத்தியில் உபதேசம் புரிந்து, பிட்சையுண்டு வாழ்ந்தவர்கள் ஸ்ரமணர்கள், பரிவ்ராஜகர், சந்நியாசி, துறவோர் (renouncers) எனப்பட்டனர்.

முனிவர்கள் தனியே வாழ்ந்தனர். காட்டில் கிடைக்கும் கனிகள், கிழங்குகள், மூலிகைகளை உண்டனர். ஓர் இலந்தைப் பழத்தை மட்டும் உண்டு கடுந்தவம் புரிந்தவர்களுண்டு. கடுந் தவத்தின் மூலம் தாம் முக்தியடைதல் ஒன்றே முனிவர்களின் நோக்கமாக இருந்தது.

துறவோர்களோ தாம் அனுபவத்தால் கண்டடைந்த உண்மை களை, கடைத்தேற்ற வழிகளை மக்களிடம் பரப்புரை செய்வதைத் தம் வாழ்வாகக் கொண்டனர். சமூகத்தின் ஆசிரியர்களாக விளங்கினர். வாழ்நாள் முழுவதும் மக்கள் மத்தியில் உரையாற்றித் திரிந்து பரிநிர்வாணம் அடைந்த பகவன் புத்தரை முதற்பேராசிரியர் எனச் சொல்வது சாலப்பொருந்தும்.

இருசாராருமே அன்றைய சமூக மதிப்பீடுகளுக்கு முற்றிலும் எதிரான மாற்று மதிப்பீடுகளை வைத்து இயங்கியமை குறிப்பிடத் தக்கது. அன்றைய சமூகம் வருண, சாதி ஏற்றத்தாழ்வுகளை உருவாக்கியது. ஆனால் இந்தச் சிரமண வாழ்விற்குச் சாதி ஒரு தடையில்லை. புத்த சங்கத்தில் யாரும் உறுப்பாகலாம். மிகவும் கீழ்நிலைச் சாதியைச் சேர்ந்தவராயினும் சங்கத்தில் சேர்ந்த பிறகு அவரும் மற்ற பிக்குகளைப்போல ஒரு பிக்குவே.

புதிய சமூக அமைப்பு கடும் உணவுக் கட்டுப்பாடுகளை விதித்தது. யார் யார் எந்த வருணத்தவர் வீட்டில் சாப்பிடலாம், யாருடைய

வீட்டில் உண்ணக்கூடாது என்றெல்லாம் தடைவிதித்தது. ஆனால் முனிவர்களாயினும் சரி, துறவோர்களாயினும் சரி மடியாகச் சமைக்கப்பட்ட உணவைத் தவிர்த்தனர். முனிவர்கள் இயற்கை உணவை உண்டனர். தோல் தொழிலாளர்கள் விட்டெறிந்த மிருகத் தோல்கள் உட்பட அவர்களுக்கு விலக்கப்பட்ட உணவு என ஏதுமில்லை.

வேள்விகளைக் கடுமையாக எதிர்த்து அகிம்சையைப் பரப்புரை செய்தனர். பிராமணர்களுக்கு மட்டுமே கல்வி என்கிற நிலையை எதிர்த்து அனைவர்க்கும் கல்வி அளித்தனர். தாம் அறிந்ததை அனைவர்க்கும் உரைத்தனர். அநாதியாய்த் தோன்றிய வேதங்களே உயர்வு என்பதை மறுத்து அனுபவ உண்மைகளையே சிறப்பு எனச் சிலாகித்தனர். உனக்கு நீயே விளக்கு என்றாரே ஞான பரிபூரண மூர்த்தியான புத்த பகவன்.

சொத்துக் குவிப்பும் ஆடம்பர வாழ்க்கையும் உயர்வாகக் கருதப்பட்ட சூழலில் இவர்கள் எல்லாவற்றையும் துறந்து திரிந்தனர். சங்கத்தில் சேர்ந்தால் மூன்று துணிகள், பிட்சைப் பாத்திரம், கத்தி, வடிதுணி, ஊசி, இடுப்புத்துணி முதலான எட்டுப் பொருள்களைத் தவிர வேறு எந்தத் தனிச் சொத்துக்களையும் வைத்துக்கொள்ளக்கூடாது என்பது புத்த கட்டளை.

ஆடம்பரமான அரண்மனைகளுக்கு மாறாக வனாந்தரங்களில் திரிந்தனர். பகட்டான உடைகளை விட்டொழித்து நிர்வாணத்தைத் தேர்வு செய்தனர். திக்குகளையே ஆடைகளாக (திகம்பரர்) உடுத்தினர். அல்லது துவராடை தரித்தனர்.

திருமணம், குடும்பம், வாரிசுறப்பத்தி என்பதற்கு எதிராகப் பிரமச்சரிய வாழ்வை ஏற்றனர். பெண்களைச் சமையலறைக்குள் முடக்கி வெறும் மறுஉற்பத்திச் சாதனமாக்காமல் பிட்சுணிகளாகச் சங்கத்தில் ஏற்று, சமஉரிமை அளித்து குடும்பச் சிறையிலிருந்து மீளவைத்து அறிவுஜீவிகளாக உலாவர சிரமணம் வழிவகுத்தது.

உடல்தூய்மை, குளியல் முதலியவற்றின் புனிதங் களுக்கு எதிராக அழுக்காய்த் திரிதல், நாடோடியாய் அலைதல், மலம்/மூத்திரம் முதலியவற்றைக்கூட உண்ணுதல் என்கிற நிலைகளையும் சிலர் ஏற்றனர். எல்லாவிதமான தீட்டுக்களையும் விலக்குகளையும் அவர்கள் ஏற்க மறுத்தனர்.

மொத்தத்தில் சிரமண இயக்கம் அன்று மய்ய நீரோட்டமாக உருவாகி வந்த வைதீகக் கலாச்சாரத்திற்கென ஓர் எதிர்க் கலாச்சார இயக்கமாக வடிவெடுத்தது என்கிறார் புகழ்பெற்ற வரலாற்றறிஞர் ரொமிலா தப்பார் (Renunciation: A counter Culture).

அதிகார மய்யங்களிலிருந்து விலகிவந்த இவர்களை மக்கள் பெருமளவில் நேசித்தனர். மரியாதை செலுத்தினர். இதன் விளைவாக அரசர்களும்கூட இவர்களை அனுசரித்து நடந்து கொள்ளவேண்டியதாயிற்று.

எனினும் எந்தச் சமூக அமைப்பை வெறுத்து இவர்கள் வெளியேறினார்களோ அதை எதிர்த்துக் கலகம்புரியவோ, மக்களைத் தூண்டவோ அணி திரட்டிப் புதிய அரசை உருவாக்கவோ இவர்கள் முயலவில்லை என்பது குறிப்பிடத்தக்கது. பவுத்தத் திற்கும் இஸ்லாத்திற்கும் இடையிலான இந்த வேறுபாடு கருதத்தக்கது.

பழைய கண சமூக அமைப்பின் மீது அவர்களுக்கு ஒரு ஏக்கமும் லயிப்பும் இருந்தது. பொருளாதார மாற்றங்களால் காலத்திற்கு ஒவ்வாததாய்த் தூக்கி எறியப்பட்ட சமூக நிறுவனங்கள் மதத்தில் அடைக்கலம் புகும் என்பார் அறிஞர் ஜார்ஜ் தாம்ஸன். புத்தர் உருவாக்கிய சங்கம் பழைய கணசமூக வடிவில் கட்டமைக்கப் பட்டதை விரிவாக விளக்குவார் தேவி பிரசாத் சட்டோபாத்யாயா. சங்க உடைமைகள் யாவும் பொதுச் சொத்தாய்க் கருதப்படுவது, சங்க உழைப்பை அனைவரும் பகிர்ந்துகொள்ளுதல், வாரிசுரிமை யின்மை, தலைமையைத் தேர்வு செய்வது எனப் பல ஒப்புமை களைச் சொல்ல இயலும்.

பழங்குடிச் சமூகமொன்றில் ஒருவர் உறுப்பினராக வேண்டு மானால் அதில் அவர் பிறந்திருக்க வேண்டும். அப்படிப் பிறக்காத ஒருவரைக் கணத்திற்குள் அனுமதிக்க வேண்டுமானால் பழங்குடி அவைகூடி எல்லோருடைய ஒப்புதலுடன் அவரைத் தத்து எடுக்கும். ஒரு விரிவான சடங்காக அது அமையும். புதிய சீடர் ஒருவரைப் பவுத்த சங்கமொன்றில் ஒரு பிக்கு உறுப்பாக்க விரும்பினால், பழங்குடிச் சமூகம் தத்து எடுக்கும் வடிவில் அந்தச் சடங்கு நிறைவேற்றப்படும்.

புத்த சங்கத்தில் புதிய உறுப்பினரைச் சேர்ப்பதற்கான சடங்கு வினய பிடகத்தின் மகாவக்கத்தில் கீழ்க்காணுமாறு

விவரிக்கப்படுகிறது:

> புத்த சங்கம் கூட்டப்படும். குறைந்த பட்சம் பத்துப் பேரேனும் கூடியிருக்க வேண்டும். புதியவரை அழைத்து வந்த பிக்கு அவரை அறிமுகப்படுத்துவார். அடிப்படைக் கேள்விகள் யாவற்றுக்கும் அவர் சங்கத்தின் முன் பதிலளிக்க வேண்டும். சங்கத்தில் சேரத் தகுதி உடையவர் எனக் கருதப்படும் நிலையில்,
>
> 'சங்கத்திலுள்ள வணக்கத்திற்குரியவர்களே கேளுங்கள். இதோ நிற்கும்... இன்னார் 'உபசம்பதர்' ஆக விரும்புகிறார். இவரது 'உபஜெயராக' (ஆசிரியர்) — இன்னார் விளங்குவார். வணக்கத் திற்குரிய சங்கச் சகோதரர்களே, இதற்கு மறுப்பு இல்லாதவர்கள் அமைதியாக இருங்கள். மறுப்புள்ளவர்கள் பேசுங்கள்.'
>
> 'இரண்டாம் முறை திருப்பிச் சொல்லுகிறேன்...'
>
> 'மூன்றாம் முறை திருப்பிச் சொல்லுகிறேன்...'
>
> '...இன்னாரை உபஜெயராகக் கொண்டு... இன்னார் உபசம்பதராக ஏற்றுக்கொள்ளப்படுகிறார். சங்கம் அமைதியாக இருப்பதில் இருந்து இதை ஏற்றுக்கொள்கிறது என நான் புரிந்துகொள்கிறேன்'

என்கிற இந்த அறிவிப்போடு சடங்கு நிறைவுறும். பழங்குடிச் சமூகங்களில் புதிய உறுப்பினர் தத்தெடுக்கப்படுவது மேற்குறித்த இதே வடிவில்தான் நடைபெறும். புகழ்பெற்ற பழங்குடி இன ஆய்வாளர் மோர்கன் 'இராக்யூ' கணத்தில் தாம் தத்தெடுக்கப்பட்ட நிகழ்வை விவரித்துள்ளார். மேற்குறித்தவாறே அது அமைகிறது.

6

கோதமன் பிறந்தான்

'சித்தார்த்த கவுதமர்' என சம்ஸ்கிருதத்திலும் 'சித்தாத்த கோதமர்' எனப் பாலி மொழியிலும் அழைக்கப்படுபவரும் பின்னாளில் பூரண வழிமுறைகளை உபதேசித்துத் திரிந்தவருமான கோதம புத்தர் இன்றைக்கும் கிட்டத்தட்ட இரண்டாயிரத்து ஐந்நூறு ஆண்டு களுக்கு முன்னர் இமயமலை அடிவாரத்தில், இன்றைய நேபாள நாட்டிலுள்ள கபிலவஸ்து நகரில் இருந்த சாக்கியகுடியில் பிறந்தார். பாலி மொழியில் இது 'சக்கிய குலம்' எனப்படும்.

கோதமர் ஒரு வரலாற்று நாயகர் எனினும் அவரது வாழ்க்கை வரலாற்றை அய்யத்திற்கிடமின்றித் துல்லியமாக இன்று சொல்லி விட இயலாது. துல்லியமான வாழ்க்கை வரலாறு என்பது ஒரு நவீனமான மேலைத் தேயக் கோட்பாடு. கோதமர் மறைந்து பல காலத்திற்குப் பின்னர் எழுதப்பட்ட *மகாவஸ்து, லலித விஸ்தாரம், புத்தசரிதம்* முதலான சம்ஸ்கிருத நூல்கள் மற்றும் *நிதான கதை, ஜாதகக் கதைகள், தீப வம்சம்* முதலான பாலிமொழி நூல்கள் ஆகியவற்றில் சொல்லப்பட்டுள்ள சம்பவங்களிலிருந்து புத்தரின் வாழ்க்கை வரலாற்றைத் தொகுத்துச் சொல்வது மரபாக உள்ளது. இந்த நூல்களுக் கிடையே பல நுண்மையான வேறுபாடுகள் இருந்த போதிலும் அவரது பிறப்பு, திருமணம், துறவு, நிர்வாணம், மரணம் ஆகியவை குறித்துச் சில பொதுவான நம்பிக்கைகள் எல்லா நூல்களிலும் வெளிப்படுகின்றன.

பழங்குடிச் சமூகம் ஒன்றில் ஒரு சாதாரண மனிதராகத் தோன்றி, எத்தகைய அருள் வெளிப்பாடுகளின் உதவியுமின்றி, பரிபூரண ஞானநிலையை அடைந்து, மக்களிடையே உபதேசங்கள் புரிந்து முதிர்ந்து, நோயுற்று, மறைந்த புத்தர் பின்னாளில் இறை யம்சத்தோடு வணங்கப்பெற்ற சூழலிலேயே இந்நூல்கள் யாவும்

இயற்றப்பட்டமையால் அதற்கே உரிய வகையில் மிகைப்படுத்தப் பட்ட சம்பவங்களாலும் நிகழ்வுகளாலும் நிரப்பப்பட்டுள்ளன. பல நிகழ்வுகள் பகுத்தறிவிற்குப் பொருந்தாதவையாக இருந்த போதும் அவை பல நூற்றாண்டுகளாக பவுத்த மதத்தினரால் முழுமையாக நம்பி ஏற்கப்பட்டு வருபவை என்பதையும் நாம் மறந்துவிடலாகாது. தவிரவும் எண்ணற்ற பவுத்தமரபு ஓவியங் களுக்கும், சிற்பங்களுக்கும், காவியங்களுக்கும் இக்கதைகளே ஊற்றுக் கண்களாக இருந்துள்ளன.

சாக்கியக் குலத்தின் குழுத் தலைவர்களில் ஒருவரான சுத்தோ தனருக்கும் அவரது முதல் மனைவி மாயாதேவிக்கும் பிறந்தவர் சித்தார்த்தர். சுத்தோதனரை அரசர் (ராஜா) எனக் குறிப்பிடுவதோடு அதற்குரிய வகையில் மிகைப்படுத்தப்பட்ட பிரும்மாண்ட வருணனைகள் அவரைச் சுற்றிக் கட்டமைக்கப்பட்டுள்ளன. சிறுவன் சித்தார்த்தனுக்காக மூன்று அரண்மனைகளைச் சுத்தோதனர் கட்டித் தந்தார் என்பது இவற்றில் ஒன்று. பின்னாளில் புத்தர் கபிலவஸ்துவிற்கு வருகைபுரியும்போது அவரைத் தங்க வைக்க ஒரு ஆசிரமத்தைத் தேட வேண்டியிருந்ததாக கதைகள் சொல் கின்றன. முனிவராயினும் மூன்று நாள்கள்வரை இல்லற வீடு களில் தங்க முடியுமெனினும் புத்தர் தங்குமளவிற்குப் பெரிய இல்லங்கள் நகரத்தில் இல்லாததையே இச்சம்பவம் காட்டுகிறது. தவிரவும் பத்தியர், தண்டபாணி முதலியவர்களும் சாக்கிய அரசர்களாகச் சொல்லப்படுவதிருந்து சுத்தோதனர் சுழற்சி முறையில் ஏதோ ஒரு சந்தர்ப்பத்தில் தலைவராக இருந்தார் என்றே நம்ப வேண்டியுள்ளது.

தவிர, சாதாரண நாள்களிலும் விதைப்புத் திருவிழாக்களின் போதும் மற்ற குடிமக்களுடன் ஏர் பிடித்து உழுபவராகவே சுத்தோதனர் சித்திரிக்கப்படுவதும் குறிப்பிடத்தக்கது. மஜ்ஜிம நிகாயத்திலுள்ள மகா சச்சக சுத்தத்தில் புத்தரே இதைக் குறிப்பிடு கிறார். தந்தை வயலில் உழும்போதுத் தான் நாவல்மர நிழலில் அமர்ந்துத் தியானம் புரிந்ததைச் சொல்கிறார்.

அசோகரின் கல்வெட்டுகளிலிருந்து புத்தரின் காலம் கி.மு. 566 முதல் கி.மு. 486வரை எனக் கணக்கிடுவது மரபு. எனினும் ரூபர்ட் கெதின், டாமியன் கியோன் போன்ற நவீன ஆசிரியர்கள் புதிய ஆய்வு முடிவுகளின் அடிப்படையில் புத்தரின் காலத்தைக் கி.மு. 490–410 எனக் கணக்கிடுகின்றனர்.

கோதம புத்தருக்கு முன் 'எண்ணில் புத்தர்கள்' தோன்றி மறைந்தனர் என்று நம்புவது பவுத்தமத மரபு. இந்து மதம் போலவே முற்பிறவிகளையும், மறுபிறப்புகளையும் பவுத்தமும் ஏற்றுக் கொள்கிறது. புத்தரின் முற்பிறப்பை விவரிக்கும் புராதனப் புனைவுகள் புத்த ஜாதகக் கதைகள் எனப்படும். முற்பிறப்புகளில் அவர் 'போதிசத்துவர்' என அழைக்கப்படுகிறார். பூரணஞானம் பெறுவதற்கு முந்தைய நிலைகளே போதி சத்துவம். 'போதி' என்றால் மனிதரை உய்விக்கும் அறிவு, அந்த அறிவை நோக்கிச் சிரமம் மேற்கொள்கிற உயிரே (சத்துவன்) போதி சத்துவர். இப்பிறப்பிலும்கூட அவர் பூரண ஞானம் பெற்றுப் புத்தராக வெளிப்படும்வரை அவரைப் போதி சத்துவராகக் கருதுவதே புத்த மரபு.

போதி சத்துவரோ புத்தரோ மீட்பர்களல்லர். இறை அம்சம் ஒன்றின் மூலமாகவோ அல்லது இறைத்தூதர் ஒருவராலோ மனிதரை மீட்பது என்பது பவுத்த நம்பிக்கையன்று. தனது சொந்த முயற்சிகளின் அடிப்படையிலேயே ஒருவர் அவரது விடுதலைக்கு வழி காணவேண்டும். போதி சத்துவர்கள் அறிவும் கருணையும் மிக்கவர்கள் மட்டுமல்ல எல்லாவிதமான வேறுபடுத்தல் களுக்கும் ஒதுக்கல்களுக்கும் அப்பாற்பட்டவர்கள் (இந்துமதத் திலிருந்து போதிசத்துவம் வேறுபடுகிற முக்கிய புள்ளி இது). 'நான்' 'எனது' 'உனது' என்கிற எல்லாச் சிந்தனைகளிலிருந்தும் விடுபட்டவர்கள். தனித்த 'சுயம்' (Self) என்கிற உணர்வற்றவர்கள். அதாவது மற்றவர்களிலிருந்து வேறுபட்டவர்களாகத் தம்மை உணராதவர்கள்.

பவுத்தத்தை விமர்சிக்கும் தத்துவவாதிகள் இங்கொரு பிரச்சினையை எழுப்புவார்கள். 'நான்' x 'மற்றவர்' என்கிற பிரக்ஞை இல்லாமல் ஒருவர் எவ்வாறு 'நான்' என்கிற சுய உணர்வி லிருந்து விடுதலை அடைய முடியும் என்பது இவர்கள் எழுப்பும் மயிர் பிளக்கும் கேள்வி. பகவன் புத்தரைப் பொருத்தமட்டில் தம்மை ஒரு அவதாரம் எனச் சொல்லிக் கொள்ளாதது போலவே, தம்மை ஒரு தத்துவ ஞானி எனவும் உரிமை கொண்டாடிய தில்லை. அனுபவங்களின் அடிப்படையில் துக்கங்களில் இருந்து விடுபடுவதற்கான வழியைச் சொன்னவரே அவர். நுணுக்கமான விவாதங்களில் அவர் ஈடுபாடு காட்டியதில்லை. ஒருமுறை துறவிகள் காட்டில் வசிக்க வேண்டுமா, நாட்டில் வசிக்க வேண்டுமா

என விவாதம் வந்தபோது ‘காட்டில் வசிக்க விரும்புபவர்கள் காட்டில் வசிக்கட்டும்; நாட்டில் வசிக்க விரும்புவோர் நாட்டில் வசிக்கட்டும்’ என அதற்கு முற்றுப் புள்ளி வைத்தவர் புத்தர்.

துறவிகளின் உணவு, உடை, இருப்பிடம் முதலான விசயங்களில் மட்டுமின்றி பார்ப்பனியம் முதன்மைப்படுத்திய வேறு சில தத்துவப் பிரச்சினைகளையும்கூட புத்தர் இவ்வாறு ஒதுக்கியுள்ளார். நுணுக்கமான மயிர் பிளக்கும் விவாதத்திற்குள் புத்த பகவனை இழுக்க முயன்று தோற்றுப்போன மாலுங்க்யபுத்தர் என்னும் சீடர் அவரது தத்துவக் கேள்வி ஒன்றிற்கு பதிலளிக்கா விட்டால் சங்கத்திலிருந்து விலகப் போவதாகக் கூறினார். இதற்கு மறுமொழியாகப் புத்தர் ஒரு கதை சொன்னார்:

> ஒருவனது உடம்பில் விஷ அம்பு தாக்கிவிட்டது. இந்த அம்பு எங்கிருந்து வந்தது, எந்தப் பழங்குடியினர் இதை வீசினார்கள், இது எதனால் செய்யப்பட்டது என்கிற கேள்விகளுக்குப் பதில் கிடைக்காதவரை இந்த அம்பை நான் உடலிலிருந்து உருவ மாட்டேன், வைத்தியனிடம் போகமாட்டேன் என்று ஒருவன் சொல்வது போலவும் தீப்பிடித்துகொண்ட வீட்டிலுள்ள ஒருவன் இந்தத் தீ எப்படிப் பிடித்தது என அறியாமல் வீட்டை விட்டு வெளியேறமாட்டேன் என்று சொல்வதைப் போலவும் தான் இருக்கிறது நீ சொல்வதும்.
>
> மாலுங்க்ய புத்தா, இந்த உலகம் நிரந்தரமானதாக இருந்தாலும் இல்லாவிட்டாலும்கூட இன்றும் இங்கு பிறப்பு, மூப்பு, சாவு, துக்கம் எல்லாம் இருக்கின்றன. மனித இருப்பின் இந்தத் துயரங்களுக்கு இந்தப் பிறவியிலேயே மாற்று கண்டுபிடிப்பதே என் பணி

என்பதே புத்தரின் பதிலாக இருந்தது. அவரைப் பொருத்தமட்டில் அறிவுஜீவித்தனமான வெற்று விவாதங்கள் உயிராற்றலை வீணடிப்பவை. உலகம் நிரந்தரமானதா இல்லையா என்று விவாதித்துக் கொண்டிருப்பதைக் காட்டிலும் இந்தப் பிறவியின் துக்கங்களுக்கு விடை காண்பதே பிரதான பணி.

7

நான்கு தரிசனங்கள்

பிரபஞ்சத்தின் தோற்றம், முடிவு ஆகியன குறித்தப் பயனில்லாததும் அய்யத்திற்கிடமற்ற இறுதியான தீர்வுகள் சாத்தியமில்லாததுமான வெட்டிக் கேள்விகளை ('அவ்யக்தானி') ஒதுக்கி வையுங்கள் என்பது புத்தரின் வாக்கு. இத்தகைய நுணுக்க விவாதங்கள் சுதந்திரச் சிந்தனைக்கு இடையூறாக இருக்கும் என்பது அவரது கருத்து.

போதிசத்துவக் கோட்பாடு பகுத்தறிவுக்குப் புறம்பாக இருக்கிறது என்கிற கேள்வியையும் இவ்வாறே ஒதுக்கியது பவுத்தம்.

புத்த சிந்தனைகளில் தன்னை இழந்தவரும் அய்ரோப்பிய நாவல் ஆசிரியருமான நான்சி வில்லியம் ரோஸ் சொல்வது போல அரிஸ்டாட்டிலியப் பாரம்பரியத்தில் வந்த மேலைச்சிந்தனை யாளர்களுக்குத்தான் முரண்பாடுகள் என்பன அச்சத்தையும் திகைப்பையும் விளைவிக்கக்கூடியவை. எப்படியாவது தமது பகுத்தறிவு சார்ந்த அணுகல்முறையின் மூலமாக அந்த முரண் பாட்டைத் தீர்த்துவிட அவர்கள் முயல்வார்கள். பவுத்தக் தத்துவ வியலாளர்களோ முரண்பாடுகளையும், புதிர்களையும், பதிலளிக்க இயலாத கேள்விகளையும் கண்டு சுருங்கிவிடுவதில்லை. வாழ்வின் விளக்கமுடியாத எத்தனையோ கூறுகளில் இதுவும் ஒன்று என இவற்றை அவர்கள் எளிதாக எதிர்கொள்வது மட்டுமின்றி இத்தகைய முரண்களில் அவர்கள் திளைக்கவும் செய்வார்கள் என்பார் நான்சி.

'கண்டார் விரும்பும் கபிலபுரம்' என நமது *நீலகேசியும்* 'கரவரும் பெருமைக் கயிலம்பதி' என *மணிமேகலையும்* போற்றுகிற கபில வஸ்துவில் சுத்தோதனரின் முதல் மனைவி மகாமாயாவின் திருவயிற்றில் கருக்கொண்டார் புத்த பகவன். நிறைமாத சூலியான

அன்னை மாயா தனது பிறந்தகத்திற்குச் செல்லும் வழியில் உள்ள லும்பினி வனத்தில் இம்மண்ணில் உயிர்த்தார் கோதமர். சால மரக்கிளை ஒன்றைப் பற்றிக்கொண்டு அன்னை நின்ற கோலத்தில் அவரைக் கரு உயிர்த்தார் என நம்புவது புத்தமரபு.

பிறந்த ஏழாம் நாள் அன்னையை இழந்த கோதமனை அவனது சிற்றன்னையும் சுத்தோதனரின் இரண்டாம் மனைவியுமான மகாப் ப்ரஜாபதி கோதமி வளர்த்தார்.

போதி சத்துவரின் எதிர்காலத்தைக் கணித்தப் பண்டிதர்கள் அனைவரும், 'ஒன்று இவன் மிகப்பெரிய சக்கரவர்த்தியாக உலகை ஆள்வான், அல்லது உலகைத் துறந்து ஞானியாகி 'சம்யக் சம்புத்தனாக' விளங்குவான் என்று சோதிடம் உரைத்ததாக ஜாதகக் கதைகளிலும், லலித விஸ்தாரத்திலும், புத்த சரிதத்திலும் விரிவாகக் கூறப்படுகிறது.

உலகைத் துறக்கும் எண்ணம் தன் பிள்ளைக்கு வந்துவிடலாகாது என்பதில் குறியாய் இருந்த சுத்தோதனர் துறவுச் சிந்தனைகள் முளைவிடா வண்ணம் குழந்தையை வளர்ப்பதில் பெரும் பிரயத்தனம் செய்தார். அரசனுக்குரிய அனைத்துப் பயிற்சிகளும் சித்தார்த்த கோதமனுக்கு முறையாக அளிக்கப்பட்டன. சாக்கியச் சமூகத்திலிருந்த குருமார்களைக்கொண்டு எட்டாம் வயதிலிருந்து அவருக்கு முறையான கல்வி பயின்றதாகத் திபேத்திய மற்றும் சீன மரபில் நம்பப்படுகிறது. பள்ளி ஒன்றிற்குச் சென்று எழுத்துப் பயிற்சி பெற்றதாகவும் லலித விஸ்தாரம் கூறுகிறது. ஆனால் புத்தர் வாழ்ந்த காலத்தில் (கி.மு.ஆறாம் நூற்றாண்டு) எழுத்துக்களே தோன்றவில்லை என்பது சிந்திக்கத்தக்கது.

கோதமரின் இளமைக்காலம் குறித்தப் புனைவுகளில் இப்படிப் பல முரண்களைச் சுட்டிக்காட்ட முடியும். பிணி, மூப்பு, சாக்காடு முதலிய வாழ்வியல் கூறுகளைக் கண்டு சித்தார்த்தனுக்கு வாழ்க்கையின் மீது வெறுப்பு வந்துவிடலாகாது எனக் கருதிய சுத்தோதனரின் ஆணைப்படி இந்தக் காட்சிகள் சித்தார்த்தனின் கண்களில் படாவண்ணம் அவர் பொத்தி வளர்க்கப்பட்டார் என்று நம்புவது புத்தமரபு. இது எந்த அளவிற்குச் சாத்தியம் என்கிற கேள்வி ஒரு புறம். இன்னொருபுறம் புத்த இலக்கியங்களிலேயே கோதமர் தந்தையுடன் வயலுக்குச் சென்றதாகவும், உழவுப் பணிகளில் ஈடுபட்டதாகவும், தந்தை உழுதுகொண்டிருந்தபோது

நான்கு தரிசனங்கள் ✤ 37

நாவல் மரத்தடியில் அமர்ந்து கோதமர் தியானத்தில் ஈடுபட்ட தாகவும் குறிப்புகள் உள்ளன. (மஜ்ஜிம நிகாயம், மகா சச்சக சுத்தம்). இந்நிலையில் இத்தகைய காட்சிகள் எப்படி அவரது கண்ணில் படாது போயிருக்கும்? பத்தொன்பதாம் நூற்றாண்டில் பவுத்த வரலாற்றுத் தலங்களில் அகழ்வாய்வுகளை மேற்கொண்ட அறிஞர் ஏ.ஃப்யூஹ்ரர் இதற்கு ஒரு விளக்கமளிக்கிறார். ஒரு பக்கம் லிச்சாவியர்களும் மறுபக்கம் கோசலர்களும் தமது முடியரசுகளை விரிவாக்கம் செய்துகொண்டு, எந்நேரத்திலும் சாக்கிய குலத்தைத் தமக்குள் செரித்துக்கொள்ள முயன்றிருந்த வேளையில் ஒட்டு மொத்தமாகச் சாக்கிய சமூகமே தன்னைப் புவியியல் ரீதியாகத் தனிமைப்படுத்திக்கொண்டு ஒடுங்கி வாழ்ந்தது என்கிறார் அவர். இதன் ஓரங்கமாகவே சித்தார்த்தரும் ஒரு மூடுண்ட வாழ்க்கை வாழ நேர்ந்தது என்பது ஃப்யூஹ்ரரின் வாதம்.

எப்படியோ இளம் சித்தார்த்தர் கல்வியிலும், தியானத்திலும், உடலுழைப்பிலும், உடல்சார்ந்த பயிற்சிகளிலும் மிகுந்த ஈடு பாடுடையவராகவும் அவற்றில் தேர்ந்த திறமுடையவராகவும் திகழ்ந்தார். அன்றைய சாக்கிய சமூகத்தில் சாத்தியமான அனைத்துக் கல்வியிலும் பயிற்சிகளிலும் முழுத் தேர்ச்சி பெற்றார்.

சித்தார்த்தரின் பதினாறாம் வயதில் அவருக்குச் சாக்கிய குலத்தைச் சேர்ந்த தண்டபாணியின் மகள் யசோதரையை மணம் முடித்தனர். திருமணத்தின்போது அவள் வயதும் பதினாறுதான்.

சித்தார்த்தனுக்கு இருபது வயதாகும்போது அவர் சாக்கிய சங்கத்தில் உறுப்பினராகச் சேர்த்துக்கொள்ளப்பட்டார். அதற்குரிய உறுதிமொழிகளை அவர் ஏற்றுக்கொண்டார். அவற்றில் ஒன்று பெரும்பான்மையின் முடிவுக்குக் கட்டுப்படுவது. கோதமரின் இருபத்தெட்டாவது வயதில் அவருக்கும் சங்கத்திற்குமிடையே ஒரு பிரச்சினை எழுந்தது. சங்கத்தில் இருந்து விலகுவதற்கும் சமூகத்தையும் குடும்பத்தையும் துறப்பதற்கும் அது காரணமாகியது.

ஆனால் போதிசத்துவராம் கோதமர் துறவு மேற்கொண்டதற்கான காரணமாக *லலித விஸ்தாரம்* முதலிய நூல்கள் சொல்லுகிற கதையே பரவலாக அறியப்படுகிற ஒன்று. பவுத்தர்களின் நம்பிக்கைகளில் ஒன்றாகவும் இது விளங்குகிறது. விதிப்படி ஒருநாள் கோதமர் உய்யாவனத்திற்குச் சென்றார். செல்லும் வழியில் சுத்தோதனரின் கடும் கட்டுப்பாடுகளையும் மீறித் தேவர்கள் ஒரு முதியவரை

அவர் காட்சிக்குக்கொண்டு வந்தனர். விரக்தியுற்றுத் திரும்பிய கோதமர் இரண்டாம் நாள் வனத்திற்குச் செல்லும் வழியில் ஒரு நோயாளியையும், மூன்றாம் நாள் ஒரு பிணத்தையும், நான்காம் முறை ஒரு துறவியையும் காண நேர்கிறது. பவுத்த மரபில் இவை 'நான்கு தரிசனங்கள்' என்றழைக்கப்படும்.

இந்தக் காட்சிகள் ஏற்படுத்திய சிந்தனை உளைச்சல் மனித வாழ்வின் இந்தத் துயர்களை நீக்குவதற்கும் அவற்றிலிருந்து விடுபடுவதற்குமான எண்ணங்களுக்கு அவரை இட்டுச் சென்றது என்கின்றன புத்த இலக்கியங்கள்.

கோதமருக்கு இயல்பிலேயே இல்லற வாழ்வில் வெறுப்பு இருந்தது என்பதும் பிடக நூல்கள் சொல்லும் இன்னொரு செய்தி. 'இல்லறம் என்றால் தொல்லையும் குப்பையுமான இடம்; துறவு என்றால் காற்று வீசும் திறந்தவெளி. இதையறிந்து அவர் பரிவ்ராஜகர் ஆனார்' என்பது சுத்த நிபாதத்திலுள்ள பப்பஜா சுத்தம் சொல்லும் செய்தி. அக்கிவேஸ்ஸனனிடம் பகவன் புத்தரே இதைச் சொல்வதாகவும் குறிப்பு உள்ளது. (முன்குறிப்பிட்ட மகா சச்சக சுத்தம்).

எனினும் புத்தர் துறவு மேற்கொண்டதற்கான அறிவுக்குப் பொருந்தும் ஒரு கதையை அண்ணல் அம்பேத்கர் அவர்கள் தமது *புத்தரும் அவர் தம்மமும்* நூலில் முன்வைக்கிறார். அத்தகண்ட சூத்தத்தின் அடிப்படையில் அண்ணல் முன்வைக்கும் இந்தச் சிந்தனை இந்துத்துவமும் போதிசத்துவமும் வேறுபடும் இன்னொரு முதன்மையான புள்ளியை நமக்கு அடையாளம் காட்டுகிறது.

8

போரை மறுத்த சாக்கிய சிம்மம்

கோதமர் சாக்கிய சங்கத்தின் உறுப்பினராகி எட்டாண்டுகள் ஓய்ந்தன. சங்க விதிகளின்படிச் செயல்படுவதிலும் சங்க முடிவுகளை நிறைவேற்றுவதிலும் மற்றவர்களுக்கு ஓர் எடுத்துக்காட்டாய் விளங்கினார் சித்தார்த்தர். எட்டாம் ஆண்டில், அதாவது அவருக்கு இருபத்தெட்டு வயதாகும்போது ஒரு பிரச்சினை எழுந்தது. சங்கத்தின் முடிவுடன் முரண்பட வேண்டிய ஒரு நிலை அவருக்கு ஏற்பட்டது.

சாக்கிய அரசின் எல்லைக்கும், கோலிய அரசின் எல்லைக்கும் இடையே பாய்ந்துகொண்டிருந்த ரோகிணி ஆற்றுநீரைப் பாசனத் திற்குப் பிரித்துக்கொள்வது பற்றியும், யார் முதலில் பயன் படுத்துவது என்பது குறித்தும் இரு பழங்குடிகளுக்குமிடையே நீண்ட நாள்களாகப் பிரச்சினை இருந்துவந்தது. அந்த ஆண்டில் அது முற்றி வெடித்தது. கோலியர்கள்மீது போர் தொடுப்பது என்கிற முடிவெடுப்பதற்காகச் சாக்கிய சங்கம் கூட்டப்பட்டது.

போர் செய்வது என்கிற முடிவைச் சித்தார்த்தர் எதிர்த்தார். நெருங்கிய உறவினர்களாக உள்ள சாக்கியர்களும் கோலியர்களும் ஒருவரை ஒருவர் அழித்துக்கொள்ளக்கூடாது. எந்தப் பிரச்சினை களையும் போர்மூலம் தீர்த்துவிட இயலாது. ஒரு போர் இன்னொரு போருக்கே வித்தாகும். போர் செய்யும் தீர்மானத்தைவிட்டுவிட்டு இரு தரப்புப் பிரதிகளும் கூடிப் பேசிச் சமாதானமாக இந்தப் பிரச்சினையைத் தீர்த்துக்கொள்வோம் என்கிற திருத்தத்தைக் கோதமர் முன்மொழிந்தார்.

பகையைப் பகையால் வெல்ல இயலாது. புகை நடுவினில் தீ இருப்பதுபோலப் பகை நடுவினிலும் கனியும் அன்பை ஊதிப் பெருக்குவோம் என்கிற கோதமரின் கருத்தைப் போர் வெறி

கொண்டிருந்த சாக்கிய சங்கம் ஏற்கவில்லை. அவர் கொணர்ந்த திருத்தம் தோற்றது.

சித்தார்த்தரின் முன்பு இரண்டே இரண்டு தேர்வுகள்தான் இருந்தன. சங்க முடிவை ஏற்றுப் போருக்குச் செல்வது. அல்லது முடிவை ஏற்க மறுத்ததற்காகச் சங்கம் அளிக்கும் தண்டனையை ஏற்பது. எக்காரணத்திற்காகவும் போரில் கலந்துகொள்வதில்லை என்பதில் அவர் உறுதியாக இருந்தார். உறுதிமொழியை மீறிச் சங்க முடிவை ஏற்க மறுப்பவர்களுக்கு மரண தண்டனை, நாடு கடத்தல், குடும்பத்துடன் சமூக விலக்கு செய்தல் என இவற்றில் ஏதேனும் ஒரு தண்டனையை வழங்குவது வழக்கம். தமக்காகத் தம் குடும்பத்தினர் தண்டனையுறுவதைக் கோதமர் விரும்பவில்லை. கோசல முடியரசு சாக்கியப் பழங்குடியரசைக் கிட்டத்தட்ட விழுங்கிக்கொண்டு இருந்த நேரம் அது. கோதமருக்கு மரண தண்டனை அல்லது நாடு கடத்தல் விதிக்கப்பட்ட செய்தி கோசல மன்னருக்குத் தெரியுமானால் இந்தச் சூழலைப் பயன்படுத்தி முழுவதுமாகச் சாக்கியப் பழங்குடி அரசைக் கோசலத்துடன் இணைத்து விடுவதற்கு அவர் முயல்வார். இது குறித்து அச்சமும் சாக்கிய சங்கத்திடம் இருந்தது.

இச்சிக்கலிலிருந்து மீள கோதமரே ஒரு வழியுரைத்தார். பரிவ் ராஜகம் மேற்கொண்டு வீட்டையும் நாட்டையும் துறந்து செல்வது என்பதே அம்முடிவு. சங்கம் அதை ஏற்றுக்கொண்டது. உடனடி யாகப் போர் தொடங்கினால் எப்படியும் கோசல மன்னர் இதையறிய நேரிடும் என்பதால் சற்றே காலந்தாழ்த்திப் போர் மேற்கொள்வது என்றும் முடிவு செய்யப்பட்டது.

சித்தார்த்தரின் முடிவறிந்து சுத்தோதனரும் அன்னை கவுதமியும் கலங்கினர், கண்ணீர்விட்டனர். முடிவை மாற்றிக்கொள்ளுமாறு இறைஞ்சினர். வைராக்கியம் கொண்டிருந்த கோதமர் பெற்றோரின் நிலை கண்டு வருந்தியபோதும் முடிவை மாற்றிக் கொள்ளச் சித்தமாய் இல்லை.

சித்தார்த்தர் வீட்டைத் துறக்கும்போது அவருக்கு ராகுலன் என்கிற மகன் இருந்தான் என்பது திரிபிடக நூல்கள் சொல்லும் செய்தி. ராகுலன் பிறந்த அன்றிரவே கோதமர் வீட்டைத் துறந்தார் என ஜாதக நிதான கதையும் ஏழாம் நாள் துறந்தார் என அட்ட கதைகளும் குறிப்பிடுகின்றன. எப்படியோ சித்தார்த்தர் வீட்டைத் துறக்கும்போது அவருக்கு ஒரு மகன் இருந்தது உறுதி.

கோதமரின் வைராக்கியத்தை மாற்ற இயலாதென்பதை உணர்ந்த அவரது இளம் மனைவி யசோதரை தனது துயர்களை மறைத்து, மனதைத் தேற்றிக்கொண்டு அவருக்கு விடையளித்தார்.

எண்ணற்ற புத்த ஓவியங்களுக்கும் சிற்பங்களுக்கும் காவியங் களுக்கும் ஊற்றுக்கண்ணாய் இருந்த அந்தப் 'பெரும் பிரிவு' ஒரு நள்ளிரவில் நிகழ்ந்தது. கட்டிலில் உறங்கும் அழகிய மனைவி யையும் குழந்தையையும் ஒருமுறை உற்றுநோக்கிவிட்டு அகன்றார் சித்தார்த்தர். அவரது பிரியத்திற்குரிய குதிரை காந்தகமும் உதவி யாளரும் உற்ற தோழருமான சன்னாவும் உடன் ஏகினர். குதிரையின் குளம்பொலி நகர மக்களை விழிப்படையச் செய்து விடக்கூடாது என்பதற்காகத் தேவதைகள் காந்தகத்தின் குளம்பு களைத் தாங்கிக் கொண்டதாகப் பவுத்த ஓவியங்கள் இக்காட்சியைச் சித்திரிக்கும். குதிரையின் மீது கோதமரின் உருவம் இருக்காது. பூரண ஞானம் பெற்ற புத்தரின் மானிட உருவைச் சித்திரித்துவிட இயலாது என்கிற நம்பிக்கை சில காலம் இருந்ததன் விளைவு அது. சிறிது காலம்வரை அவரது ஈமச்சடங்கிற்குப் பிறகு எஞ்சிய உடற் சாம்பலும் எலும்புகளும், பாத பீடிகைகளும், தருமச் சக்கரங்களுமே வழிபடப்பட்டன; அவரது உருவம் வணங்கப் படவில்லை என்பது குறிப்பிடத்தக்கது.

செல்லும் வழியில் கோதமர் தமது அரச உடைகளை ஒரு ஏழை விறகு வெட்டியிடம் மாற்றிக்கொண்டார். அவனது எளிய உடையை அவர் ஏற்றுக்கொண்டார். அநோமா ஆற்றங்கரையை அடைந்தவுடன் சன்னாவுக்கும் காந்தகத்திற்கும் விடையளிக்கத் துணிந்தார். அணிகலன்களையும் உடைவாளையும் கழற்றிச் சன்னாவிடம் அளித்தார். நீண்டு வளர்ந்து சுருண்டு கிடந்த குழற் கற்றையை உடைவாளால் அரிந்து தனது குடும்பத்தாருக்கு ஒரு நினைவுச் சின்னமாக அளித்தார். வாளை முடியருகே கொண்டு சென்றவுடனேயே முடி இரண்டங்குல நீளத்திற்குச் சுருங்கிச் சுருண்டது எனவும் இறுதிவரை அவ்வடிவத்துடனேயே (உஷ்நிஷா) அவர் வாழ்ந்தார் என்றொரு நம்பிக்கையும் உண்டு.

புத்தரின் உருவச்சிலைகளில் காணப்படும் அந்த அழகிய சுருண்ட கேசம் என்பது வெறும் அழகுத் தோற்றமன்று. அது அவரது கபாலத்தின் நீட்சியாக, அவரது பரிபூரண ஞானத்தின் அடையாளமாக, தெய்வீக உடற்கூற்றின் வெளிப்பாடாக அமைகிறது. தலைவனைப் பிரிந்த காந்தகம் ஆற்றங்கரையிலேயே

விழுந்து மாண்டது எனவும் உடனடியாக ஒரு கடவுளாகப் பிறப்பெடுத்தது எனவும்கூடக் கதைகளுண்டு. மரஞ்செடி கொடிகள், இயற்கை, இதர உயிர்கள் எல்லாம் பவுத்த நம்பிக்கைகளில் மனிதனுக்கு இணை வைத்துப் போற்றப்படு வதையும் சிந்தித்தல் தகும். சன்னா கொணர்ந்து தந்த ஆபரணங்களை அன்னை கவுதமி வேதனையுடன் ஒரு குளத்தில் எறிந்தார் (ஆபர்ண புஷ்கரணி) என்றும் பவுத்த இலக்கியங்களில் கூறப்படுகிறது. சன்னா திரும்பிய இடத்தில் ஒரு சைத்யம் கட்டப்பட்டதாக *லலிதவிஸ்தாரம்* கூறுகிறது. அசோகர் நிர்மாணித்த தூண் ஒன்றை அவ்விடத்தில் தாம் கண்டதாக யுவான் சுவாங் குறிப்பெழுதுகிறார்.

ஆக கவுதமர் துறவு மேற்கொண்டதற்கு மூன்று காரணங்கள் எனத் தொகுக்கிறார் தர்மானந்தர்:

1. போர் வெறுப்பு
2. இல்லறம் என்பது தொல்லையும் குப்பையுமான இடம் என்கிற எண்ணம்
3. நோய், முதுமை, மரணம் என்கிற மனித நிச்சயங்கள் தோற்றுவித்த சலனம். இவற்றோடு பழங்குடியரசுகளின் தாழ்ச்சியையும் பழங்குடிப் பொதுமை அறங்களின் வீழ்ச்சியையும் அவை சித்தார்த்தரிடம் ஏற்படுத்திய சிந்தனைகளையும் இணைத்துக் கொள்ளலாம். பின்னணி எதுவாயினும் உடனடிக் காரணமாக இருந்தது சித்தார்த்தர் கொண்டிருந்த போர் வெறுப்பே. அண்ணல் அம்பேத்கர் இதற்கே அழுத்தம் கொடுக்கிறார்.

பின்னாளில் புத்த பகவன் தான் துறவு மேற்கொண்ட காரணத்தைக் கீழ்க்கண்டவாறு உரைக்கிறார் (அத்த கண்ட சூத்தம்):

1. ஆயுதம் தாங்குவது பயங்கரமாகத் தோன்றியது. இந்த மக்கள் எப்படிச் சண்டையிடுகிறார்கள் பாருங்கள்.
2. குறைவான நீரில் மீன்கள் துடிப்பதுபோல ஒருவரை ஒருவர் பகைத்துத் துடிக்கும் மக்களைக் கண்டு என் உள்ளத்தில் அச்சம் விளைந்தது.
3. நான்கு பக்கங்களிலும் உலகம் சாரமற்றதாகியது. திக்குகள் நடுங்கின. புகலுக்குரிய இடமே தென்படவில்லை. மக்கள் கடைசி வரை பகைகொண்டு திரிவதைக் கண்டேன். எனக்கு வைராக்கியம் உண்டாயிற்று.

பவுத்தம் பகையையும், போரையும், வெறுப்பையும் மறுக்கிறது. அன்பாலும், உயிர்வதையை விலக்குவதாலும் உலகை வெல்ல இயலும் என நம்புகிறது.

ஆனால் இந்துமதமோ போரையும் வன்முறையையுமே சார்ந்திருக்கிறது. இந்துத்துவம் உயர்த்திப் பிடிக்கும் பகவத் கீதையை எடுத்துக்கொள்ளுங்கள். புத்தர் சந்தித்த அதே பிரச்சினையை, அதாவது ரத்த உறவினர்களைக் கொல்வதா என்கிற பிரச்சினையைக் கிருஷ்ணன் எப்படிக் கையாண்டான்? 'சத்திரியர்களின் கடமை போர்புரிவது. எதிரே இருப்பவர்கள் உறவினர் என மயங்காதே. ஆயுதத்தை எடு. கொலைத் தொழிலைச் செய்' என்பதே பகவத் கீதையின் சாரம்.

இந்துத்துவமும் போதி சத்துவமும் வேறுபடும் பிரதான புள்ளி இதுவே.

9
சித்தார்த்த கோதமர் பகவன் புத்தரானார்

ஞானத் தேடலுடன் கோதமர் நீண்ட பயணம் புறப்பட்ட செய்தி ஊரெங்கும் பரவியது. ஆங்காங்கே ஆசிரமங்கள் அமைத்து தவச்செயல்பாடுகளிலும் தத்துவ விவாதங்களிலும் ஈடுபட்டிருந்த பார்ப்பன ரிஷிகள் பலரும் கோதமரைத் தம்முடன் இணையுமாறு வருந்தி அழைத்தனர். மகத மன்னன் சிரேனிய பிம்பிசாரன் கூடத் தனது அரசில் பாதியைத் தருவதாகப் பணிந்து கூறினான். கோதமர் புறப்பட்ட பின்பு அவரது கருத்துக்கு ஆதரவாகக் கபில வஸ்துவில் எழும்பிய எதிர்ப்புகளின் விளைவாகச் சாக்கிய சங்கம் கோலியர்கள் மீது அறிவித்த போரை நிறுத்திக்கொண்டது. எனவே அவர் நாடு திரும்ப வேண்டும் என்கிற கோரிக்கைகூட அவர் முன்வைக்கப்பட்டது.

இன்முகத்துடனும் புன்முறுவலுடனும் எல்லாவற்றையும் மறுத்துப் பயணத்தைத் தொடர்ந்த கோதமர் வைசாலி நகரில் முந்நூறு சீடர்களுடன் தியானப் பயிற்சி அளித்துவந்த ஆலார காலமர் என்ற பார்ப்பன முனிவரின் ஆசிரமத்தையடைந்தார். சாங்கியத் தத்துவத்தில் தேர்ந்தவர் அவர். அன்றைய புகழ்மிக்க ஆசிரியர்களில் ஒருவரான ஆலாரர் அறிந்த தத்துவங்களையும் தியானப் பயிற்சிகளையும் அதி விரைவில் கற்றுத் தேர்ந்தார் கோதமர். ஆலாரது யோகப் பயிற்சியின் உன்னத நிலையாகிய ஒன்றுமற்ற தன்மையை எட்டும் தியான நிலையை எளிதில் அடைந்த கோதமர் அதில் திருப்தியுறவில்லை. எல்லையற்ற அமைதியையும் பேரானந்தத்தையும் இது அளித்தபோதிலும் உணர்ச்சிகளையும் ஆசைகளையும் துறப்பதற்கும், விழிப் புணர்வையும் விடுதலையையும் அடைவதற்கும் இந்த முறை வழிவகுக்காது என்பதை உணர்ந்த கோதமர் அங்கிருந்து விடை

பெற்றார். தமது ஆசிரமத்திற்குத் தலைமைப் பொறுப்பேற்க வேண்டுமென்ற ஆலாரமரின் வேண்டுகோளையும் அவர் ஏற்கவில்லை.

கோதமரின் ஞானத்தேட்டம் அடுத்து அவரை ராஜகிருஹத்தில் எழுநூறு சீடர்களுடன் பயிற்சியளித்துக்கொண்டிருந்த உத்தக ராம புத்தரிடம் இட்டுச்சென்றது. மேலும் நுண்மையான தியான நெறி ஒன்றை உத்தகரிடம் கற்றுக்கொண்ட கோதமர் அதன் மூலம், 'புலனுணர்வு நிலை, புலனுணர்வு அற்ற நிலை' என்கிற இரண்டு மற்ற நிலையை எட்டினார். கிட்டத்தட்ட பிரக்ஞையே மறையும் உன்னத நிலைக்கு இது இட்டுச் சென்றபோதிலும் இதுவும்கூட கோதமரின் தேட்டமான விழிப்புணர்வு நிலையை அடைவதற்கு உதவாது என்று உணர்ந்த கோதமர் அங்கிருந்தும் அகன்றார். தனக்குச் சீடராகி எஞ்சிய வாழ்வைக் கழிக்கத் தயாரான ஆசிரியர் உத்தகரின் விருப்பையும் அவர் ஏற்றுக்கொள்ளவில்லை. உத்தகரின் சீடர்களில் அய்வர் கோதமரைப் பின்தொடர்ந்தனர்.

மேற்கூறிய தியான நிலைகளை எட்டுவதன் மூலம்–ஆன்மிக வாழ்வின் இறுதி இலட்சியமான பிரபஞ்ச உண்மையை அடைவது என்கிற நெறியைக் கோதமர் ஏற்க மறுத்தார். முற்றிலும் துறத்தல் குறித்தத் தமது சிந்தனையை விளக்கும் சல்லேக சூத்தத்தில் கோதமர் இதை விளக்குகிறார். தியானத்தின் மூலம் எட்டுகிற இந்நிலைகள் யாவும் அப்போதைக்கான தற்காலிகமான விடுதலையைப் பயிற்சியாளருக்கு அளித்தபோதிலும் மனிதத் துயர்களிலிருந்து விலகும் இறுதி விடுதலைக்கான விழிப்புணர்வை அளிக்க முடியாதவையாக உள்ளன என்றார் கோதமர். புத்த நிலையை அடைந்த பின்னர் இந்த வழிமுறைகளை அவர் விரிவாக விளக்கியதைச் சற்றுப் பின்நோக்குவோம்.

எனினும் ஒன்றை நாம் நினைவில்கொள்ளவேண்டும். புத்த நிலையை, விழிப்புணர்வை எட்டுவதற்குத் தியானம் தேவையே இல்லை என அவர் ஒதுக்கவில்லை. அதற்கு இரண்டாவதான ஒரு நிலையை அளித்தார் எனச் சொல்வது பொருத்தம். நேரடியான அனுபவம், அதன்மூலம் விழிப்புணர்வு பெறுதல் என்பதற்கு முதன்மை அளித்தார். விழிப்புணர்வு என்பது வேதங்களிலும் உபநிடதங்களிலும் மறைந்து கிடக்கும் உண்மையை அறிவது என்கிற பார்ப்பன நெறியை அவர் மறுத்தார். 'யாரோ சொன்னது என்றோ, அருளப்பட்டது என்றோ, வழி வழியாய் வந்தது என்றோ

எதையும் ஏற்காதே. நீயே அறிந்துகொள்' என்பதே பகவன் புத்தர் தம்மை நெருங்கியோர்களுக்குச் சொன்னது (அங்குத்த நிகாயம்).

எனினும்கூட இன்னும் அவர் விழிப்புணர்வு பெறுவதற்கான சரியான வழிமுறையைக் கண்டாரில்லை. சில நாள்களில் சீடர்களுடன் 'கயா'வை அடைந்தார். அங்கே நைரஞ்சன நதிக் கரையிலிருந்த உருவேல கிராமத்தை அடுத்த ஆறு ஆண்டுகளுக்குத் தம் கடினமான முயற்சிகளுக்குக் களமாக்கிக்கொண்டார். கடுந் தவத்தின் மூலம் உடலைக் கொடுமையாக வருத்திக்கொண்டு, உடலின் தேவைகள் அனைத்தையும் படிப்படியாகத் துறந்து தவம் மேற்கொண்டார். தினசரி ஒரு கரண்டி அவரை சூப் மட்டும் என்கிற அளவிற்கு அவரது உணவு குறைந்தது. இறுதியில் தினசரி ஒரே ஒரு பருக்கைச் சோறு என்றானது. அவரது விழிகள் குழியாயின. சதையும் கொழுப்பும் கரைந்து எலும்புகள் துருத்திய உடம்புடையவரானார். அவரது முடிகள் உதிரத் தொடங்கின. இந்நிலையைச் சுட்டும் 'பசித்த புத்தர்' என்கிற அழகிய காந்தாரச் சிற்பம் புகழ்பெற்ற ஒன்று.

கிட்டத்தட்ட மரணநிலையை அடைந்த புத்தர் திடீரென இத்தகைய முயற்சி அபத்தமானது என்பதை உணர்ந்தார். அன்றைய பிராமண யோக முறைகளிலிருந்து முற்றாக விலகும் எண்ணம் அவருக்குக் கைகூடியது. மனிதப் பிறவியின் ஒரே மூலதனம் அதன் உடல்தான். அதன் மூலமே அவன் தனது லட்சியத்தை எட்ட வேண்டும். சிந்தை, இதயம், பிரக்ஞை எல்லாமே இந்த உடலுக்குள் அடக்கம். இந்த உன்னதமான கருவியின் அடிப்படைத் தேவைகளை மறுத்து எதைச் சாதிப்பது?

கடுந்தவம் என்கிற ஓர் எல்லையையும், விழிப்புணர்ச்சி நோக்கி முயற்சியற்ற நிலை என்கிற இன்னொரு எல்லையையும் துறந்து இரண்டுக்கும் இடைப்பட்ட மத்தியப் பாதையைத் ('மஜ்ஜிம பதிபாதம்') தமது நெறியாக அவர் உணர்ந்தார். பிட்சைப் பாத்திரத்தைத் தேடி எடுத்துக்கொண்டு கிராமத்தை நோக்கி நடந்தார். கோதமர் தமது லட்சியப் பாதையிலிருந்து விலகுவதாக உணர்ந்த அய்ந்து சீடர்களும் அவரைவிட்டு விலகினர். இந்த எளிய மக்களிடம் கையேந்தி உண்டு அவர்களின் விடுதலைக் கான வழி கண்டுவிட முடியுமா என்பது அவர்களின் கேள்வி.

சீடர்களால் கைவிடப்பட்ட பின்னும் புத்தரின் ஞானத் தேடல் ஓயவில்லை. புத்த காவியங்களில் நிரந்தரமாக இடம்பிடித்துக் கொண்ட கிராமத்து இளம்பெண் சுஜாதை (நந்தபாலா)யின் சந்திப்பும் இப்போதுதான் நிகழ்ந்தது. தனக்குப் பிள்ளை வரம் தந்த தெய்வ மரத்தை வணங்க வந்தபோது அவர் கண்ட கோதம முனிக்கு அவள் ஒரு தங்கக் கிண்ணத்தில் பால்சோறு அளித்தாள். நைரஞ்சன நதிக்கரையில் அமர்ந்து அதை உண்ட கோதம முனி கிண்ணத்தை நதியில் எறிந்தார். கிண்ணம் ஆற்றுநீரை எதிர்த்து மிதந்து சென்று நாகக் கடவுள் உறையும் இடத்தை அடைந்தது என்பது புத்த கதைகள் சொல்லும் செய்தி. நிலவும் பிராமண உபநிடத நம்பிக்கைகளுக்கு எதிராகப் புத்தநெறி எதிர்நீச்சலிட விருந்ததன் குறியீடாகவே இந்நிகழ்ச்சி அமைந்தது என்பர்.

ஒளி பெறுவதற்கான இறுதி எத்தனமான ஏழு வாரத் தவத்திற்குத் தேவையான உணவைச் சேகரித்துவந்த போதி சத்துவர் வரும் வழியில் ஸ்வஸ்திகன் என்கிற கோரை விற்பவனிடம் (பாய் முடையும் புல்) சிறிது கோரைகளை யாசகமாகப் பெற்றுவந்து அந்தப் புகழ்பெற்ற அரச மரத்தின் அடியில் அவற்றை வேர்ப்புறம் மேலிருக்குமாறு விரவி பத்மாசனத்தில் அமர்ந்தார். புத்த கயை யிலுள்ள அந்தப் போதிமரத்தைத் தரிசித்து அங்கிருந்த புத்த உருவங்களைவணங்கி வந்ததை யுவான்சுவாங் பதிவு செய்துள்ளார்.

கி.மு. ***544*** மே மாத (வைசாக பவுர்ணமி) முழு நிலவில் கோதமர் பேரொளியடைந்தார். சித்தார்த்த கோதமர் புத்தரானார். ‘மனித குல வரலாற்றின் மாபெரும் நிகழ்வு’ எனப் பவுத்த இலக்கியங்கள் இதனை விவரிக்கும்.

இந்தப் பேரொளி நிலை என்பது வார்த்தைகளுக்கு அப்பாற்பட்ட ஒன்று. புத்த நிலையை அடைந்தவர்களாலும்கூட விவரிக்க இயலாத ஒன்று. மற்றெல்லா மதங்களுடனும் ஒப்பிடும்போது புத்தர் ஒளிபெற்ற அனுபவம் என்பது கடவுளின் இடையீடு அல்லது துணையின்றி நடந்த ஒன்று. மனித நிலைக்கு அப்பாற் பட்ட தெய்வீக அருள் வெளிப்பாடு ஏதுமின்றி முழுக்க முழுக்க மனித முயற்சிகளால் எட்டிய பேரனுபவம் இது. தனது மனத்தையும், உணர்வுகளையும் கட்டுப்படுத்துவதன் மூலமாகவே ஒருவர் தனது அமைதியையும், துக்கமற்ற நிலையையும் அடைய முடியும் என்பதே புத்தம் சொல்லும் செய்தி.

தோன்றி, உருப்பெற்று, மறைந்து, செல்கிற தொடர்ச்சியாக என்றென்றும் நிகழ்ந்து கொண்டிருக்கும் நீரோட்டம் ஒன்றின் ஒரு திவலையாகவே எல்லா வாழ்க்கைகளும் அமைகின்றன. இந்த வாழ்வின் தவிர்க்க இயலாததாகிய துக்கம், அதை நிவர்த்தி செய்யும் வழிமுறைகள் ஆகியன அவருக்கு விளங்கின.

இந்த நாள்களில்தான் மாரன் அவரை இந்தப் புனிதத் தேட்டத்தில் இருந்து திசை திருப்பும் வீண் முயற்சிகளை மேற்கொண்டு தோற்றான்.

கிறிஸ்தவம், யூதம், இஸ்லாம் ஆகிய 'செமிடிக்' மதங்களில் காணப்படும் சாத்தான் அல்லது ஷைத்தானுக்கு இணையான தீமைகளின் உரு வெளிப்பாடே பவுத்தம் சொல்லும் மாறன். தனது யானை வாகனத்தின் மீது ஆசை, வெறுப்பு, பசி, தாகம், ஏக்கம், சோர்வு, தூங்குமூஞ்சித்தன்மை, அச்சம், அய்யம் முதலான படைகளோடு வந்த மாறன் மேற்கொண்ட தாக்குதல்களின் நோக்கம் புத்தரைப் போதிமரத்தடியிலிருந்து நீக்குவது. மாறனின் அழகிய மகள்கள் புத்தர்மீது வீசிய காம பாணங்கள் பயனற்றுப் போன பின்பு பெரும் புயலொன்றை வீசிப் புத்தரை அகற்ற முயன்றான் மாறன். அருகிலிருந்த மரமொன்றின் வேர்களிலிருந்து ஊர்ந்து வந்த நாகக் கடவுள் அவருடைய உடலைச் சுற்றி, தலை மீது குடை விரித்து அவரைக் காத்தது. சாத்தானின் வடிவமாகப் பைபிள் பாம்பைச் சித்திரிப்பதுடன் இது ஒப்பிட்டு நோக்கத் தக்கது. விறகு வெட்டி, பாய்முடைவோர், பணியாளர், குதிரை, பாம்பு, போதிமரம் எனப் பவுத்தப் பிரபஞ்சம் விரிந்து செல்வது குறிப்பிடத் தக்கது.

எல்லா முயற்சிகளிலும் தோல்வியுற்ற மாறன் கோதமரின் முன் நேரடியாகத் தோன்றி அவர் அமர்ந்திருந்த இருக்கைக்கு உரிமை கோரினான்.

10

உருளத் தொடங்கிய தருமச் சக்கரம்

'எந்த உரிமையின் கீழ் இந்தப் போதி மரத்தினடியில் நீர் அமர்ந்துள்ளீர்?' என்றான் மாறன்.

எண்ணற்ற ஊழிகளாக முழுமை அடைந்து வந்தவன் நான். அதைவிட வேறென்ன உரிமை வேண்டும்?' எனப் பதிலுரைத்தார் கோதமர்.

'நானும்தான் அதைச் செய்துள்ளேன். இதோ நான் அழைத்து வந்துள்ள என் படைகள் அனைத்தும் இதற்கு சாட்சி சொல்வர். உனக்கு சாட்சி சொல்ல யாருளர்?' – மாறன்.

கோதமர் தம் வலக்கரத்தால் பூமியைத் தொட்டார். இந்தப் பூமியே எனக்குச் சாட்சி என்பதே அதன் பொருளாக இருந்தது. வலக்கரத்தால் புவியைத் தொட்டு சாட்சிக்கு அழைக்கும் இந்தக் காட்சி ஏராளமான புத்தச் சிற்பங்களின் கருப்பொருளாய் அமைந்துள்ளது. தோல்வியுற்ற மாறன் தனது யானையிலிருந்து தடுமாறி வீழ்ந்தான். அவனது படையணிகள் சிதறி ஓடின. அதன் பிறகு புத்தர் விழிப்புணர்வு பெற்றநிலை நிறைவடைந்தது.

போதி மரத்தின் கீழ் கோதமர் இவ்வாறு நிர்வாணமடைந்தார். பாலி மொழியில் இது நிப்பானம் என அழைக்கப்படும். எல்லா நிபந்தனைகளுக்கும் அப்பாற்பட்ட நிலையாக, மரணமற்ற பெரு வாழ்வாக அது அமைந்தது. பிரபஞ்சம் என்பது ஒன்றோடொன்று உறவிலுள்ள பல்வேறு கூறுகளின் மொத்தச் சராசரியே அன்றி வேறல்ல. முடிவற்றுப் பாய்ந்து செல்லும் ஆற்றல்களும் தோற்றங் களும் ஒரு வடிவத்திலிருந்து இன்னொரு வடிவமாய் மாறிக் கொண்டே உள்ளன. இத்தகைய பல்வேறு வாழ்வுகளின் தொகுப்பே இப்பிரபஞ்சம் என்பது நிப்பான நிலையில் அவருக்கு விளங்கியது. மாறாத சாரம்கொண்ட நிலைபெற்ற பொருளாக (existing)

பவுத்தம் எதையும் கருதுவதில்லை. அனைத்தும் தோன்றிக் கொண்டும் உருப்பெற்றுக்கொண்டும் (becoming) மாறிக் கொண்டுமே உள்ளன.

சொந்த அனுபவத்தின் மூலம் அவரறிந்த இந்த எண்ணங்களே 'தர்மம்' அல்லது 'தம்மம்' எனப்பட்டன. தம்மம் என்பது எல்லோருக்கும் எல்லாச் சந்தர்ப்பங்களுக்குமான வழிகாட்டு நெறியோ, கொள்கையோ அல்ல. கண்முன் விரியும் காட்சிகள் அனைத்தும் நம் பார்வைக்கான பொருள்களாக உள்ளனபோல, ஒலிகள் அனைத்தும் செவி நுகர்வுக்கான பொருள்கள் என்பது போல தம்மம் என்பது நமது சிந்தனைக்கான பொருள். அவ்வளவே. தம்மத்தைச் சிந்தித்தல், தம்மத்தோடு சிந்தித்தல், தம்மத்தைத் தாண்டிச் சிந்தித்தல் என்பதே பவுத்தம் சொல்வது.

'உனக்கு நீயே விளக்கு' என்று அவர் கூறியதன் பொருள் இதுவே. பார்ப்பனியத்திலிருந்து மட்டுமின்றிப் பவுத்தம் பிற எல்லா மதங்களில் இருந்தும் வேறுபட்டு நிற்கும் இன்னொரு புள்ளி இது.

ஞான பரிபூரணமடைந்த புத்தர் உடனடியாகத் தம்மங்களைப் பரப்புரை செய்ய முனைந்தாரில்லை. அடுத்த ஏழு நாள்கள் அவர் அங்கேயே அமர்ந்து அந்தப் பரிபூரண நிலையை அனுபவித்தார். பவுத்த மரபுப்படிப் பெருங்கடவுளான பிரும்ம சாகம்பதி புத்த பகவன் முன் தோன்றி இரு கரங்களையும் கூப்பித் தமக்குத் தம்மம் உரைக்க வேண்டும் என யாசித்ததாக ஒரு நம்பிக்கையுண்டு (மஜ்ஜிம நிகாயம்).

பனாரஸ் (சாரனாத்) நகருக்கு வெளியே இருந்த மான் பூங்காவில் தம்மைவிட்டுப் பிரிந்த அய்ந்து சீடர்களும் உள்ளதை அறிந்த பகவன் அவர்களை நாடிச் சென்றார். சற்றுத் தயக்கத்திற்குப் பிறகு துக்க நீக்கம் குறித்த அவரது அருளுரையைக் கேட்க அவர்கள் உவந்தனர். இந்த முதற் பேருரை 'தம்ம சக்கப் பாவத்தனம்' — தருமச் சக்கரத்தை உருட்டுதல் என்று அழைக்கப்படும். ஒரு கோடைகாலப் பவுர்ணமி இரவில் அது நிகழ்ந்தது. சக்கரம் என்கிற பழைய குறியீடு சூரியன் அல்லது பிறவிச் சுழலைக் குறிப்பது. அதில் புதிய அர்த்தங்களைப் பொதிந்தார் புத்தர்.

மேலோட்டமாய்ப் பார்க்கும்போது இப்பேருரை ஏமாற்றத் தக்க எளிமையுடன் காட்சியளிக்கிறது. சுருக்கமாகச் சொன்னால்,

மானுடம் முழுமையும் நோயுடையதாய் விளங்குகிறது. பிரபஞ்சம் முழுமையாய் வியாபித்துள்ள இந்த நோயைக் கண்டறிந்தவனாக, அதை வெல்வதில் உங்களுக்குத் துணை புரிபவனாக உங்கள்முன் நிற்கிறேன். இந்த நோயின் உண்மையை நான்கு எளிய கூற்றுகளாய் வடித்துவிட இயலும்.

1. எல்லா இருப்புகளின் நிபந்தனையாகவும் துக்கமே உள்ளது. இதை யாரும் மறுக்க முடியாது.
2. மனிதர்கள் பற்று மிகுந்தவர்களாக, ஆசை நிறைந்தவர் களாக, எல்லாவற்றிற்கும் மேலாகத் தன்னை மய்யமாகக் கொள்பவர்களாக இருப்பதன் விளைவாகவே துக்கம் என்கிற அதிருப்தி நிலையை அவர்கள் அடைகின்றனர்.
3. தன்னை மய்யமாகக்கொண்ட நோக்கு, பற்று, ஆசை முதலியன நீக்கப்படக்கூடியனவே.
4. மனம், வாக்கு, காயம் ஆகியவற்றின் அடிப்படையிலான எண் வழிப்பாதையின் மூலம் ('அஷ்டாங்க மார்க்கம்') இவற்றை வேரறுத்து அழிக்க முடியும்.'

பவுத்த மரபில் இவை நான்கு பேருண்மைகள் என அழைக்கப் படுகின்றன. துக்கம், துக்க நீக்கம் என்பனவே புத்தபோதனைகளில் தொடர்ந்துவரும் அடிப்படைகளாக உள்ளன. எல்லாம் நிறைந் திருப்பது ஆனந்தம். இந்த நிறைவில் ஒரு குறைவு ஏற்படும் போது துக்கம் நிகழ்கிறது. இவ்வுலகம் என்பது தொடர்ந்து இயங்கிக் கொண்டிருப்பது. மாறிக்கொண்டிருப்பது. இதில் எதுவும் நிரந்தரமன்று. எல்லாம் அநித்யமானவையே. எல்லாம் மாறிக் கொண்டு இருப்பதால் ஒரு சமயத்தில் நமக்கு நிறைவை, மகிழ்ச்சியை அளித்த நிலை பிறிதொரு சமயத்தில் துயருக் குரியதாக மாறலாம். எல்லாம் 'அநிச்சய'மாக இருப்பதால் எப்போது என்ன நிகழும் என்றும் சொல்ல இயலாது. துக்கத்தி லிருந்து விடுதலை பெறுவதற்கு நாம் முதலில் இத்தகைய ஒரு அநிச்சயமான உலகின் ஓர் அங்கமாக உள்ளோம் என்பதை மனம் கொள்ளவேண்டும். துக்கம் எப்படி ஓர் உண்மையோ அதேபோல இந்தத் துக்கத்திலிருந்து நிவர்த்தி பெறுவதும் சாத்தியமே என்கிறது பவுத்தம். இந்த அம்சத்தை நாம் உணராவிட்டால் பவுத்தம் ஒரு அவநம்பிக்கைவாதத் தத்துவமாக உள்ளது என்கிற தவறான புரிதலை அடைய நேரிடும்.

மரச்சிற்பம், லாவோஸ் 18ஆம் நூ.
விழிப்படைந்த புத்தர், மாறன் முன்பு பூமியைச் சாட்சிக்கு அழைக்கிறார்.

மேற்கு திபெத் 11–12ஆம் நூ.

துக்கம் என்கிற இந்த மருள் நிலையைக் (state of delusion) கடப்பதற்காகப் புத்தர் காட்டிய எண்வழிப் பாதைகளாவன:

1. சரியான புரிதல்கள்/பார்வைகள் } பிரக்ஞை சார்ந்தவை
2. சரியான நோக்கம்/குறிக்கோள்
3. சரியான பேச்சு } அறவாழ்வு (சீலம்) சார்ந்தவை
4. சரியான நடத்தை
5. சரியான வாழ்முறை
6. சரியான முனைவு
7. சரியான ஓர்மை/உணர்நிலை (mindfulness) } 'சமாதி'
8. சரியான தியானம்/மனக்குவிப்பு.

'சரியான' அதாவது 'நேரான' (Right) என்கிற சொல்லை இங்கு பயன்படுத்தியுள்ளோம். அதைக் காட்டிலும் தவறு நீக்கப்பட்ட (correct), முழுமையான (perfect) என்கிற சொற்களே துல்லியமான மொழியாக்கமாக இருக்க முடியும் என்பர் ஜெரால்ட் ஹேர்ட் என்கிற அய்ரிஷ் தத்துவவியலாளர். மேற்கண்ட எண்வழிப் பாதையைக் கீழ்க்காணும் நடைமுறைகளாக அவர் விளக்குவார்.

1. எது தவறு என்பதை நீ முதலில் தெளிவாகப் பார்க்க வேண்டும்.
2. அடுத்து நீ சுகமாக்கப்படவேண்டியவன் என்பதை ஏற்க வேண்டும்.
3. சுகமாக்கப்படுவதை (துயர் நீக்கப்படுவதை/நோய் நீக்கப் படுவதை) நோக்கிச் செயல்பட வேண்டும்.
4. சுகமாக்கப்படுவதை நோக்கிப் பேச வேண்டும்.
5. உனது வாழ்முறை இந்தத் துயர்நீக்க நடவடிக்கைகளுடன் முரண்படக்கூடாது.
6. சரியான வேகத்துடன் இந்த நடைமுறை செயல்படுத்தப்பட வேண்டும்.
7. இடையூறின்றித் தொடர்ச்சியாக இது குறித்து நீ சிந்திக்க வேண்டும்.
8. ஆழ் மனத்தைச் செயல்படுத்த நீ அறிய வேண்டும்.

அடுத்த நாற்பத்தைந்து ஆண்டு காலத்திற்குப் புத்தர் பேசித் திரிந்த வாழ்முறை குறித்த அடிப்படை நெறிகள் இவையே. தமது பிக்கு களிடமும் அவர் இதையே வேண்டிக்கொண்டார். 'எல்லாத்

திசைகளிலும் செல்லுங்கள். உலகம் ஆறுதல் அடைய, மக்கள் நன்மை அடைய, எல்லோரும் துக்க நிவர்த்தியடைய, உங்கள் பயணம் தொடரட்டும்' என்று அவர்கேட்டுக்கொண்டார்.

இந்த நோக்குடன் அவரது பயணமும் சங்கத்தின் பயணமும் தொடர்ந்தது. இந்தப் பயணம் அவ்வளவு உவப்பானதோ, எளிமையானதோ அல்ல. அவர் எதிர்பார்த்ததுபோல அன்றைய பிராமணிய உபநிடத சிந்தனைகளை எதிர்த்த எதிர் நீச்சலாகவே அது அமைந்தது.

11

கூடை கூடையாய்க் கருத்துரைகள்

முதல் சீடர்களான பஞ்சவர்க்கத்துப் பிக்குகள் அய்வரையும் கொண்ட முதல் புத்த சங்கம் உருவாகியது. தமது சீடர்களை எல்லாத் திசைகளிலும் சென்று மக்களிடம் உரையாடச் சொன்ன பகவன், '(நீங்கள் சொல்வதைப்) புரிந்துகொள்ளக்கூடியவர்கள் யாரேனும் இருப்பார்கள்' என்றார். ஸென் பவுத்தம், 'உட்கார், தியானம் செய், யாரேனும் உன்னுடன் சேர்ந்துகொள்வார்கள்' என்று சொல்வது இந்த அடிப்படையில்தான். ஊரெங்கும் அலைந்து மக்களுடன் பேசித் திரிந்த புத்தபிக்குகளை மதம் பரப்புகிற மிஷனரிமார் களைப்போல நாம் கருத வேண்டியதில்லை. அவர்கள் எந்த ஒரு குறிப்பான நம்பிக்கையையும் பரப்புரை செய்பவர்களோ, மதம் மாற்றுபவர்களோ அல்லர். புத்த உரைகளில் கடவுளோ, பக்தி மார்க்கமோ, இறைவனை வணங்கி நடப்பதன் மூலம் இறுதி விடுதலை என்கிற கருத்தாக்கமோ இடம்பெறுவதில்லை. திபெத்திய பவுத்த அறிஞர் ஒருவர் சொன்னது போல ஒரு கணித அல்லது விஞ்ஞான ஆசிரியன்போல வெளிப்படையான உண்மைகளைச் சொல்லித் திரிபவரே புத்த பிக்கு.

மூவடிச் சூத்திரமொன்றைத் திருப்பித் திருப்பிச் சொல்லுமாறு தம் சீடர்களைக் கேட்டுக்கொண்டார் புத்தர். உலக மதிப்பீடு களைத் துறப்பதாகச் சொல்லும் அச்சூத்திரம் (திரிசரணம்) இன்றும் உலகெங்கிலுமுள்ள கோடிக்கணக்கான புத்தநெறியாளர் களால் உச்சரிக்கப்படுகிறது.

புத்தம் சரணங் கச்சாமி
தம்மம் சரணங் கச்சாமி
சங்கம் சரணங் கச்சாமி

எல்லாவற்றையும் விட்டொதுக்கிவிட்டுப் புத்தனிடமும், புத்த உரைகளிடமும் சங்கத்திடமும் சரண் புகுவதைப் பறைசாற்றும்

அறிவிப்பு அது. ஒவ்வொருவரும் தனது விடுதலைக்கான வழிகளை அவர்களே முயன்று பெறவேண்டும் எனப் புத்தர் சொன்ன போதிலும் ஒற்றைக் குறிக்கோளுடன் இயங்கிக்கொண்டிருப்ப வர்களுக்கு இடையே திண்ம ஒற்றுமையையும் (solidarity) நெருக்கத்தையும் அவர் வற்புறுத்தத் தயங்கவில்லை. இந்த அடிப்படையிலேயே சாதி, வருண, பால், வர்க்க வேறுபாடுகளற்ற சங்கங்கள் உருவாயின.

மேலை நாட்டுத் 'தத்துவ அறிஞர்' என்கிற கருத்தாக்கத்துடனும் கூட புத்த பிக்குகளை ஒப்பிட முடியாது. இருத்தல் பற்றிய பல்வேறு நவீன, பின் நவீனச் சிந்தனைகளுடனும் பொருந்தக் கூடியதாகப் புத்த உரைகள் அமைந்தபோதும் புத்த பிக்கு ஒரு தத்துவ அறிஞரல்ல. ஒரு தத்துவ அறிஞரின் அறிதலும் வாழ்க்கையும் வேறு வேறாக இருக்கக்கூடும். தமது அறிதலை அவர் தமது வாழ்வில் நடைமுறைப்படுத்த வேண்டிய கட்டாயம் அவருக்கு இல்லை. ஒரு புத்த பிக்கு அவரே முயன்று ஞானத்தை அடைவது மட்டுமல்ல, அதன்படி அவர் வாழவும் வேண்டும். 'தனது உரைகளின்படி நடவாதவர் மணமற்ற மலர் போன்றவர். அடுத்தவரின் கிடையில் உள்ள ஆடுகளை எண்ணும் இடையருக்குச் சமம்' என்கிறது தம்மபதம்.

பஞ்ச வர்க்கத்துப் பிக்குகளுக்குப் பின் வாரணாசியைச் சேர்ந்த பெருஞ்செல்வந்தனான யசன் என்னும் இளைஞன் சங்கத்தில் இணைந்தான். பின் அவனது மனைவி, தாய் உட்படக் குடும்பத்தாரும் அவனது நண்பர்கள் நால்வரும், அவர்களது நண்பர்கள் அய்ம்பது பேரும் சங்கத்தில் இணைந்தனர். அறுபது பிட்சுகள் நிறைந்த சங்கம் ஒன்று ரிஷிபதனத்தில் உருவாகியது. பின் பத்திரவர்க்கத்தைச் சேர்ந்த முப்பது இளைஞர்கள் ததாகதரின் வழியில் இணைந்தனர். புதிதாக இணையும் அனைவருக்கும் புத்த பகவனே தீட்சை அளிப்பது என்பதற்கு பதிலாக ஆங்காங்குள்ள பிட்சுகளே புதியவர்களுக்குத் தீட்சை வழங்கும் உரிமை வழங்கப் பட்டது. உருவேல வனத்தில் காசியப சகோதரர்கள் 500 சீடர் களுடன் சங்கத்தில் இணைந்தனர். இராஜகிருணஹத்தில் புத்த பகவன் 1300 சீடர்களுடன் எழுந்தருளினார். தனிச் சம்பிரதாயம் ஒன்றை உருவாக்கி 500 சீடர்களுடன் இராஜகிருஹம் அருகில் வசித்திருந்த ஸஞ்சயனின் அனைத்துச் சீடர்களும் அஸ்ஸஜி என்னும் பிட்சுவால் ஈர்க்கப்பட்டு பிட்சு சங்கத்தில் இணைந்தனர்.

இவர்களுள் சாரிபுத்தன், மொக்கல்லானன் ஆகிய இரு புகழ்மிக்க புத்த சீடர்களும் அடக்கம்.

மேற்குறித்தவை அனைத்தும் சுத்தபிடகம், வினய பிடகம், மகாவக்கம் முதலிய நூல்களில் காணப்படும் செய்திகள். எனினும் இவ்வாறு 500, 1000 என எண்ணிக்கையில் புத்த சங்கத்தில் மக்கள் இணைந்தனர் என்பதற்கு வேறு சான்றுகள் இல்லை. லலித விஸ்தாரம் முதலிய நூல்களின் ஊடாகக் கிடைக்கும் பிற ஆதாரங்களைப் பொருத்திப் பார்க்கும்போது இவை மிகைப் படுத்தப்பட்ட தகவல்கள் என்றே தோன்றுகிறது. மத இலக்கியங் களுக்கே உரித்தான மிகைபடக் கூறும் தகைமையைக் கணக்கி லெடுத்துக்கொண்டு பார்த்தால் தர்மானந்தர் குறிப்பிடுவது போல புத்தர் பரிநிப்பானம் (மரணம்) அடையும்போது சங்கத்தில் இருந்த மொத்த சீடர்களின் எண்ணிக்கையும் சுமார் 500க்குள் இருக்கலாம் என்றே தோன்றுகிறது.

புத்தர் மறைந்த மூன்றாம் மாதம் ராஜகிருஹத்தில் கூடிய முதல் மாநாட்டில் 500 அர்ஹத்துக்கள் கூடி புத்த உரைகளை ஒப்பு வித்தனர். புத்தர் பொதுவாய்ப் பேசிய அறவுரைகள் சுத்தம் என்றும், சங்கத்திலுள்ள பிக்குகள் ஒழுக வேண்டிய முறைகளைச் சொல்லும் பகுதி வினயம் என்றும் பிரிக்கப்பட்டன. பின்னாளில் புத்த உரைகள் அனைத்தும் மூன்று புனிதத் தொகுதிகளாக்கப்பட்டன. அவை திரிபிடகம் அல்லது மூன்று கூடைகள் எனப்படும். சுத்த பிடகம், வினய பிடகம் தவிர மூன்றாவது கூடை அபிதம்ம பிடகம் என்றழைக்கப்பட்டது. அபிதம்மம் என்பதை தம்மத்துக்கு மேல் என்று மொழியாக்கலாம். உபாலியின் வாய்மொழிகளில் இருந்து வினயமும், ஆனந்தரிடமிருந்து சூத்தமும் அபிதம்மமும் தொகுக்கப் பட்டன எனக் கூறுவர்.

சுத்த பிடகம் அய்ந்து தொகுப்புகளைக் (நிகாயங்கள்) கொண்டது. அவை:

1. நீண்ட உரைகள் (தீக நிகாயம்),
2. மத்தியமான உரைகள் (மஜ்ஜிம நிகாயம்),
3. கலவையான தொகுப்பு (சம்யுக்த நிகாயம்),
4. அங்கம் அங்கமாக வளர்ந்து செல்லும் உரைகள் (அங்குத்தர நிகாயம்),
5. சிற்றுரைகள் (குத்தக நிகாயம்) என்பன.

திரிபிடக வாக்கியங்களுக்குக் கதை சொல்லிப் பொருள் விளக்கும் முறை ஒன்று சிங்கள மரபில் உண்டு. பின்னாளில் புத்த கோஷர் (4ஆம் நூற்றாண்டு) இவற்றில் சில கதைகளைத் தொகுத்துப் பாலி மொழியில் வெளியிட்டார். அவை அட்டகதைகள் எனப்படும்.

புத்த உரைகள் சுத்தம் என்னும் பாலி மொழிச் சொல்லால் குறிப்பிடப்படுகின்றன. சூத்திரம் என்கிற சமஸ்கிருதச் சொல்லுக்கு இணையானது இது. எந்தச் சந்தர்ப்பத்தில் ஓர் உரை அருளப் பட்டதோ அதையொட்டி அந்த உரைக்குப் பெயரிடப்படுகிறது. எடுத்துக்காட்டாக வசல சூத்தம் என்கிற உரையில் பகவன் யார் தீண்டத்தகாதவர் என விளக்குகிறார். 'வசல' என்பது தீண்டத் தகாதவர், சண்டாளர், சாதிப் பிரஷ்டம் செய்யப்பட்டோர், தீயவர் என்பதற்கு இணையான பொருளைக்கொண்ட ஓர் சொல். இதுபோன்ற பல சூத்தங்களின் தொகுதிகளாக நிகாயங்கள் அமைகின்றன.

மூன்று மரபுகளின் ஊடாக இன்று நமக்குப் புத்த உரைகள் கிடைக்கின்றன.

1. பாலி அல்லது தேரவாத மரபு–சிறீலங்கா மற்றும் இதர தென்னாசிய நாடுகளில் பயிலப்பட்டது;
2. சீனத் திரிபிடகம்–சீனம், கொரியா முதலான கீழை மரபு;
3. கன்ஜுர், தென்ஜுர் எனப்படும் வடக்கத்திய மரபு–திபெத் மற்றும் மங்கோலியாவில் பயிலப்படுவது.

பாலி என்பது பண்டைய இந்திய மொழிகளில் ஒன்று. சமஸ்கிருதம் என்பது பார்ப்பன வேதங்கள் மற்றும் சடங்குகளைப் பொதிந்து வைக்கும் ஒரு மொழியாக ஆனதன் விளைவாகப் புத்தர் தமது உரைகளில் பிரக்ஞை பூர்வமாகவே சமஸ்கிருதத்தை விலக்கினார். வேதக் கறைபடியாத மக்கள் மொழியாக இருந்த பிராகிருதம் எனப்பட்ட மத்திய இந்தோ–ஆரிய மொழிகளையே அவர் பயன் படுத்தினார். முதற்கட்ட புத்தச் செவ்வியல் தொகுப்புகள் யாவும் பாலி மொழியிலேயே அமைந்தன. இவற்றைப் பாலித் தொகுப்பு என்றும் சொல்வது வழக்கம்.

தமது உரைகளில் புத்தர் பின்பற்றிய முறை குறித்து இந்த உரைகளில் பலவற்றை ஆங்கிலத்தில் மொழியாக்கித் தொகுத்து வெளியிட்ட அறிஞர் ரைஸ் டேவிட்ஸ் சொல்வது குறிப்பிடத் தக்கது. கேள்வி கேட்கிற அல்லது விவாதிக்கிற எதிராளியின்

மனநிலையில் தன்னை அவர் நிறுத்திக்கொள்வார். எதிராளியின் புனித நம்பிக்கை எதையும் அவர் தாக்குவதில்லை. எதிராளியின் அடிப்படைக் கருத்துகளிலிருந்து தான் வேறுபடவில்லை என்றே தொடங்கிப் படிப்படியாகப் பயன்படுத்துகிற சொல்லாடல்களில் புதுப்புதுப் பொருள்களைத் திணிப்பதன் மூலம் அவர் எதிராளியைத் தன் கருத்துக்கு இணங்க வைப்பார். எடுத்துக்காட்டாக பிறவி யிலேயே பார்ப்பனர் உயர்ந்தவர் என எதிராளி சொன்னால், பார்ப்பனர் உயர்ந்தவர்கள்தான் என்று தொடங்கி ஆனால் அது பிறப்பால் நிர்ணயிக்கப்படுவதில்லை என்று நிறுவுவார். பிறவியில் பார்ப்பனரானவர்கள் இழிவானவர்களாகவும் இருக்கமுடியும் என முடிப்பார். எதிராளியின் நிலைப்பாட்டையும் மொழியையும் கைக்கொள்ளும் இம்முறையை 'உபய கவ்சல்ய' என்பர்.

அப்படித்தான் ஒருமுறை யார் தீண்டத்தகாதவர் என்றொரு விவாதம் எழுந்தது.

12

யார் தீண்டத்தகாதவர்?

சாவத்தி நகரின் அருகில் இருந்த ஜேதவனப் பூங்காவில் அநாத பிண்டிகள் கட்டிக் கொடுத்திருந்த விகாரையில் தங்கியிருந்தார் புத்த பகவன். மழித்த தலை, சீவர–ஆடை, பிட்சைப் பாத்திரம் சகிதம் வழக்கம்போல ஒருநாள் பிட்சைக்குப் புறப்பட்டார்.

அக்கிசு பாரத்வாஜன் என்கிற பார்ப்பனனின் இல்லத்தில் வேள்வி நடந்துகொண்டிருந்தது. தானத்திற்கும் ஏற்பாடாகியிருந்தது. சடைமுடி, மான்தோலாடை எனக் கம்பீரமாக நின்றுகொண்டிருந்த பாரத்வாஜன் புத்தரைக் கண்டதும் 'வஸலா, நில் அங்கே!' என ஆணையிட்டான்.

'மழித்த தலையை உடையவரே, அனுதாபத்திற்குரியவரே, தீண்டத்தகாத இழிந்தவரே நில் அங்கே!'

பகவன் கோபம் கொள்ளவில்லை. அமைதியாய்ப் புன்னகைத்தார். நிற்கவுமில்லை. பாரத்வாஜனை அணுகிப் பேசினார்:

'யார் தீண்டத்தகாதவர்? எவையெல்லாம் ஒருவரை இழிந்த நிலைக்கு உள்ளாக்குகின்றன என அறிவாயா நீ? அந்தணனே சொல்.'

'வணக்கத்திற்குரிய கோதமரே, நான் அறியேன், நீர் சொல்ல இயலுமா?' என்றான் பாரத்வாஜன். புத்தர்:

'சொல்கிறேன். எளிதில் ஆத்திரப்படுபவன், நீங்கா வெறுப்பை மனதில் தேக்கியிருப்பவன், நன்மைகளிலிருந்து விலகி இருப்பவன் அவனே இழிந்தவன். ஒரு பிறவி உடையவனோ, இரு பிறவி யாளனோ எவனிடத்தில் உயிர்களின்பால் கருணை இல்லையோ அவனே தீண்டத்தகாதவன். ஆக்கிரமிப்புகளைச் செய்பவன் இழிந்தவன். குடியிருப்புகளில் வாழ்பவனாயினும் வனங்களில்

திரிபவனாயினும் பிறர் பொருளைக் கவர்ந்து, சுரண்டி வாழ்பவன் எவனோ அவனே வஸலன்.'

'கடனைத் திருப்பித் தராதவன், பொருளாசைகொண்டு கொலை செய்பவன், பெற்றோர்களைப் பேண மறுப்பவன், உறவினர்களை வன்முறையாலோ, கடுஞ்சொற்களாலோ துன்புறுத்துபவன், கூடா ஒழுக்கம் கொள்பவன், செய்த தீமையை மறைப்பவன், அறவோரையும் ஞானிகளையும் பொய்யுரை சொல்லி ஏமாற்றுபவன், அவர்களைக் கடுஞ்சொற்களால் இழிவு செய்பவன், 'இறை வாக்கு' அருள்வதாகச் சொல்லி ஏமாற்றித் திரிபவன், தன்னை உயர்த்திப் பிறரைத் தாழ்த்துபவன், மற்றவரை வெறுப்பவன், அரஹந்த் நிலையை அடையாது ஆனால் அடைந்ததாகச் சொல்லி ஏமாற்று பவன் எவனோ அவனே இழிந்தவன், அவனே தீண்டத்தகாதவன், அவனே வஸலன்.

பிறப்பால் ஒருவர் இழிந்தவராவதில்லை. பிறப்பால் எவரும் பிராமணன் ஆவதுமில்லை. அவரவர் செயலால் ஒருவர் இழிந்தவர் ஆகிறார். அவரவர் செயலால் ஒருவர் அந்தணராகிறார்.

தாழ்ந்த குலத்தில் பிறந்து, நாய் மாமிசம் உண்ணுபவராக இருந்த மாதங்கர் உயர்நிலை அடையவில்லையா? அந்தணர்களும் சத்திரியர்களும் அவருக்குச் சேவைகள் புரியவில்லையா? அறவாழ்வு மேற்கொண்டு பிரம்ம உலகை அடையவில்லையா?

பிறவியில் பார்ப்பனர்களாயினும், வேதங்களில் விற்பன்னர் களாயினும் தமது தீச்செயல்களால் இப்பிறவியில் மட்டுமின்றி மறுபிறவியிலும் இழிந்த நிலை அடைவதில்லையா? அவர்களது பிறப்பு அவர்கள் இழிநிலை அடைவதைத் தடுக்க முடிந்ததா?

பிறப்பால் ஒருவர் தீண்டத் தகாதவர் ஆவதில்லை
பிறப்பால் ஒருவர் பிராமணனாவதுமில்லை
அவரவர் செயலால் ஒருவர் தீண்டப்படாதவர் ஆகிறார்
அவரவர் செயலால் ஒருவர் பார்ப்பனராகிறார்.'

பாரத்வாஜர் உண்மை உணர்ந்தார். புத்தரிடம் அடைக்கலமானார். சங்கத்தில் சரண் புகுந்தார் (சுத்த நிபாதம், உரக வக்கம், வஸல சுத்தம்).

பிறப்பினால் மட்டுமல்ல என்ன உணவைச் சாப்பிடுகின்றனர், யாரால் சமைக்கப்பட்டதை உண்கின்றனர் என்பன போன்ற அடிப்படைகளிலும் இழிவோ, உயர்வோ நிர்ணயிக்கப்படுவது

புத்தத்தில் சரணடையும் தலித்துகள்

தமிழ்நாடு, 2016

குஜராத், 2016

இல்லை என்பதையும் பவுத்தம் வற்புறுத்துகிறது. சுத்த நிபாதத்தி லுள்ள அமகண்ட சுத்தத்தில் உண்ணும் உணவின் அடிப்படையில் இழிவுகள் தீர்மானிக்கப்படுவது இல்லை என்பது வலியுறுத்தப் படுகிறது.

சுத்த நிபாதத்திலுள்ள வாசேட்ட சுத்தம், சோனா தண்ட சுத்தம் ஆகியவற்றில் எதனால் ஒருவன் 'பிராமணன்' ஆகிறான் என்கிற கேள்விக்குப் பகவன் விடையளிக்கிறார். தாவரங்கள், புழுக்கள், ஊர்வன, பறப்பன, நீந்துவன போன்ற உயிரினங்களை அவற்றின் உயிரின அடையாளங்களின் மூலம் பிரித்துவிட முடியும். ஆனால் மனிதர்களுக்கிடையில் எத்தனை உடல்ரீதியான வேறுபாடுகள் இருந்தபோதிலும் உயிரினரீதியான வேறுபாடுகள் கிடையாது எனவும் புத்தர் சொன்னார். இது நவீனமான அறிவியல் சிந்தனை களுடன் பொருந்துகிறது. உடல் நிறம், இனம் ஆகியவற்றின் அடிப்படையில் பார்ப்பனியம் வருணங்களைப் பிரித்து பிறவி அடிப்படையில் ஏற்றத் தாழ்வுகளைக் கற்பித்துக்கொண்டிருந்த நிலையில் மனிதர்களுக்கிடையே உயிரின அடிப்படையில் வேறுபாடுகள் சாத்தியமில்லை எனப் பவுத்தம் முன்வைத்த கருத்து குறிப்பிடத்தக்க ஒன்று. முன் தீர்மானங்களின் அடிப்படை யிலேயே மக்களை நான்கு வர்ணங்களாகப் பிரிக்கிறீர்கள் எனவும் புத்தர் குறிப்பிட்டார். அறிவும், நற்பண்புகளுமே பார்ப்பனனின் அடையாளமெனில் விழிப்புற்ற, 'அர்ஹத்' நிலையை அடைந்த அனைவருமே பிராமணர்கள் அல்லவா? எனில் பிறவியின் அடிப்படையில் ஒருவர் தன்னைப் பிராமணன் என்று சொல்வது எப்படிப் பொருந்தும் என்றும் அவர் வினவினார்.

பிராமணர்கள் பிரம்மத்திலிருந்து பிறந்தவர்கள், எனவே பிறவியிலேயே உயர்ந்தவர்கள் என்பதையும் புத்தர் மறுக்காது விடவில்லை (திக்க நிகாயம் அக்கண்ண சுத்தம்). 'இப்படிச் சொல்வதில் எந்தப் பொருளுமில்லை. அறப்பண்புகளே மனிதர் களுக்கிடையே உள்ள வேறுபாடுகளைத் தீர்மானிக்கின்றன. சாதாரணப் பெண்களைப்போலத்தானே பார்ப்பனிகளும் கருவுற்றுப் பிள்ளை பெறுகின்றனர். பிறகு எப்படி அவர்கள் மற்றையோர் களைக் காட்டிலும் உயர்வானவர்களாக இருக்க முடியும்?' என்று வினவும் கோதமர் உலகம் மற்றும் உயிரினங்களின் தோற்றம் பற்றிய மிக விரிவான ஓர் உரையை முன்வைக்கிறார். நட்சத்திரங்கள், சூரியன், நிலவு, பால்வேறுபாடுகள், கால அளவுகள் எதுவும்

தோன்றியிராத இருளிலிருந்து இந்தப் பிரபஞ்சம், அதில் உயிர்கள், பால்வேறுபாடுகள் அனைத்தும் உருவாகி, மானுடர்கள் தோன்றி அவர்களுக்கிடையே வேற்றுமைகள் உருவானதைப் படிப்படியாக விளக்குகிறார்.

பார்ப்பனர்களும்கூட எல்லோரையும் போலவே தீச்செயல்கள் புரிவதைப் பற்றிப் பிறிதொரு தருணத்தில் குறிப்பிடுகிறார். யாவரையும் போலவே பார்ப்பனர்களும் தீய கருமங்களை விட்டொழிப்பதன் மூலமே விடுதலை பெறமுடியும். ஒரு குடம் நீர் ஒரு பார்ப்பானைத் தூய்மை செய்ய முடியும் என்றால் மற்ற வருணத்தாரை அது தூய்மை செய்யாதா? நல்லெண்ணங்களின் மூலமும், சிறந்த செயல்களின் மூலமும் ஒரு சூத்திரன் விடுதலை யடைய முடியாதா? இதென்ன வேடிக்கை அறவியலும் கூடவா மனிதர்களுக்கிடையே ஏற்றத் தாழ்வுகளை அனுமதிக்கிறது? — என்றெல்லாம் அவர் வினவினார்.

யாரும் சங்கத்தில் சேரலாம். யாரும் அர்ஹத் நிலையை அடையலாம். வருண, சாதி, பால் வேறுபாடுகள் கிடையாது எனச் சங்க விதிகள் அமைக்கப்பட்டன.

ஒருமுறை புத்தரின் முதன்மையான சீடரான ஆனந்தர் மாதங்க சாதியைச் சேர்ந்த (தீண்டப்படாத 'சண்டாள' சாதி) ஒரு பெண்ணிடம் குடிக்க நீர் கேட்டார். அவள் துடித்துப் போனாள். 'எப்படி நீங்கள் என்னிடம் தண்ணீர் கேட்டீர்கள். நான் தீட்டானவள், தீண்டத்தகாத சாதியைச் சேர்ந்தவள்' என்றாள். 'அம்மா நான் உன்னிடம் தண்ணீர்தானே கேட்டேன், சாதியையா கேட்டேன்?' என்று புன்னகைத்தார் ஆனந்தர். கண்கள் கலங்க பிக்குவிற்கு நீர் வார்த்தாள் அந்தப் பெண். நன்றி கூறி விடைபெற்றார் ஆனந்தர். அந்தப் பெண் புத்தரை நாடிச் சென்றாள். புத்தர் அவளைச் சங்கத்தில் இணைத்தார். இது கண்டு ஆத்திரமுற்ற சாவத்தி நகர்ப் பார்ப்பனர்களும் சத்திரியர்களும் கோசல மன்னன் பசனேதியிடம் முறையிட்டனர். மன்னனுக்கும் அதில் ஒப்புதல் இல்லை. தமது கண்டனத்தைத் தெரிவிக்க அவர்கள் புத்தரை அணுகினர். எளிய வாதங்களால் அவர்களை வென்றார் போதி மாதவர்.

'சாம்பலுக்கும் தங்கத்திற்கும் வேறுபாடுகள் வெளிப்படை யாகத் தெரிகின்றன. பார்ப்பானுக்கும் சண்டாளனுக்கும் என்ன வேறு பாட்டைக் கண்டீர்கள்?' எனக் கோதமர் கேட்டபோது

அவர்கள் தலை குனிந்தனர். 'பார்ப்பனன் என்ன மரத்தைக் கடைந்து உருவாக்கிய நெருப்பிலிருந்து பிறந்தானா? இல்லை பூமியைக் கிழித்துக்கொண்டு வெளிவந்தானா? இல்லை வானி லிருந்து குதித்தானா? ஒரு சண்டாளப் பெண்ணைப் போலத்தானே அலறும் அவன் தாய் வயிற்றிலிருந்து உதித்தான். எல்லா மனிதர் களுக்கும் ஒரே மாதிரியான உறுப்புகள்தானே உள்ளன? ஏதாவது வித்தியாசங்கள் சொல்வீர்களா?'

பசனேதி மன்னனும் இதர பார்ப்பனர்களும் தலை குனிந்தனர்.

13
சாதியில்லாச் சங்கம்

பிறப்பால் யாருக்கும் உயர்வு தாழ்வுகள் தீர்மானிக்கப்படுவது இல்லை. ஒவ்வொருவரும் இப்பிறவியில் செய்யும் செயல்களின் மூலமும், அச்செயல்களுக்குப் பின்னணியாக உள்ள நோக்கங்களின் மூலமுமே உயர்ந்தவர்கள் அல்லது தாழ்ந்தவர்கள் ஆகின்றனர் என்கிற கருத்து பவுத்தத்தில் மீண்டும் மீண்டும் வற்புறுத்தப் படுகிறது. அஸ்ஸலாயன சுத்தம், மதுர சுத்தம், அம்பத்த சுத்தம், வாசேட்ட சுத்தம், தாசப் ப்ரம்ம ஜாதகம், மிலிண்டாபா முதலியன சில எடுத்துக்காட்டுகள். அன்றைய உபநிடத, பார்ப்பனியத் தத்துவங்களுக்கு முற்றிலும் மாறான இக்குரலினால் வசீகரிக்கப் பட்ட பலரும் புத்த சங்கத்தில் இணையத் தொடங்கினர். சங்கத்தில் இணைந்தபின் அங்கே சாதிகள் கருதப் படுவதில்லை. உன் சாதி என்ன?— என்கிற கேள்வியை எதிர் கொள்ளாத ஓர் உலகில் புழங்குவது எத்தனை பெரிய விடுதலையை எளிய மக்களுக்கு அளித்திருக்கும் என்பதை நாம் எண்ணிப் பார்க்க வேண்டும்.

தேரிகதைகளில் குறிப்பிடப்படுகிற மூத்த பிக்குகளில் பலர் அடித்தள சாதிகளைச் சேர்ந்தவர்கள். துப்புரவுப் பணி செய்யும் வகுப்பைச் சேர்ந்தவர் சுனிதர். நாய் மாமிசம் உண்பவர்கள் என ஒதுக்கி வைக்கப்பட்ட இழிந்த சாதியைச் சேர்ந்தவர் ஸ்வாபகர். ஸ்வாதி மீனவ வகுப்பைச் சேர்ந்தவர். நந்தர் ஓர் இடையர். பவுத்த மரபில் உயரிய நிலையில் வைத்துப் போற்றப்படும் உபாலி ஒரு நாவிதர். பிக்குணிகளில் அம்பபாலி ஒரு அரசவை நடனப் பெண்; கிட்டத்தட்ட நமது இசை வேளாளர் போன்ற ஒரு பிரிவில் வந்தவர். விமலா ஒரு தாசியின் மகள். பூர்ணம் ஒரு அடிமையின் மகள். சாபா ஒரு வேடனின் பெண்.

தான்(மதம்) மாற்றப்பட்ட கதையை, சங்கத்தில் சேர்ந்த வரலாற்றை சுனிதர் கூறுவதை அறிஞர் லட்சுமி நரசுவும் பிறரும் குறிப்பிடுகின்றனர். அடித்தள மக்கள் சங்கத்தில் சேர்வது எத்தனை எளிது என்பதற்கு ஓர் எடுத்துக்காட்டாக அது விளங்குகிறது. சொல்வார் சுனிதர்:

> மிக்க எளிய குடும்பத்தில் பிறந்தவன் நான். ஏழை. தேவைகள் நிறைந்தவன். எனது பணி ரொம்பக் கீழானது. துப்புரவு செய்தல். காய்ந்து உதிர்ந்த சருகுகளையும் மலர்களையும் கூட்டுதல். மேலிருந்தவர்கள் என்னை இழிவாக நோக்கினர். கேவலமாக அணுகினர். வெறுத்து ஒதுக்கினர். மிகவும் கேவலமாக நானும் பணிந்தொழுக நேரிட்டது. அப்போது ஒருநாள் பூரண ஞானம் பெற்ற புத்தரும் அவரது சீடர்களான பிக்குகளும் இந்த வழியாக மகதம் நோக்கிச் சென்றுகொண்டிருந்தனர். நான் என் சாதிச் சுமையைத் தூக்கி எறிந்துவிட்டு அவர்முன் பணிந்து வீழ்ந்தேன். என்மீது கொண்ட அன்பால், அனுதாபத்தால் மனிதர்களில் சிறந்தவரான அவர் பாதம் முன் வீழ்ந்து இறைஞ்சினேன். கருணை உருவமான அந்த ஆண்டகை 'ஓ! பிக்குவே, எழுந்து வா' என்றார். நான் பிக்குவானேன். 'பிக்குவே, உலகின்முன்உம் ஒளி பிரகாசிக்கட்டும். மிகச்சிறந்த ஒரு நெறிமுறையின் பாற்பட்ட ஒரு அறவாழ்வை ஏற்றுக் கொண்ட நீர் மென்மையும் சகிப்புத் தன்மையும் மிக்கவராகத் தோன்றுகிறீர்

என்று மொழிந்தார். அதிகாரத்திலுள்ளவர்களால் நாம் எப்படி விளிக்கப்படுகிறோமோ அந்த அடையாளம் நம்மீது கவிவது குறித்து அல்துஸ்ஸர் போன்ற நவீன சிந்தனையாளர்கள் குறிப் பிடுவர். இதுநாள்வரை துப்புரவாளராகவும், தோட்டியாகவும் இழிவு செய்யப்பட்டுவந்த சுனிதர், அதிகாரம் அற்றவராயினும் ஞான பரிபூரண மூர்த்தியாய் ஏற்றுக் கொள்ளப்பட்டவரின் ஒரு விளிப்பின் மூலம் பிக்குவானார். அவரின் பழைய அடையாளங்கள் அனைத்தும் இற்று வீழ்ந்தன. சுனிதரும் புலையராக இருந்து சாதியை இழந்து சங்கத்தில் இணைந்த சுவாபகரும் பெருந்துறவி களாக விளங்கினர். வழிப்பறிக் கொள்ளையரும், கொள்ளை யடிக்கப்பட்டவர்களின் சுண்டுவிரல்களை அரிந்து மாலையாய் அணிந்து கொள்பவருமான அங்குலி மாலன் (சுண்டுவிரல் மாலையன்) இவ்வாறே துறவிநிலை அடைந்தார்.

பிக்குகளே! கங்கை, யமுனை, அசிரவதி, சரயு, மகி என்னும் பேராறுகள் பெருங்கடலில் கலந்ததும் எப்படித் தமது தனித்துவ மான பெயர்களை இழந்து சமுத்திரம் என்கிற ஒரே பெயரை அடைகின்றனவோ அது போலவே சத்திரியர், பிராமணர், வைசியர், சூத்திரர் என்னும் நால்வருணத்தினரும் ததாகதனுடைய சங்கத்தில் சேர்ந்ததும் பழைய பெயர்களையும் கோத்திரங்களையும் (சாதிகளையும்) இழந்து சிரமணர் என்ற ஒரே பெயரால் வழங்கப்படுவர்.

என்பது புத்தரின் அருள்மொழி (அங்குத்தர நிகாயம், அட்டக நிபாதம்).

பிராமண மதத்திலிருந்து வெளியேறி சிரமண மதத்தை நீ ஏற்றால் உன் பெயர் மாறும், அடையாளம் மாறும் என அண்ணல் அம்பேத்கர் கூறியது 2500 ஆண்டுகளுக்கு முன்பு உதிர்க்கப்பட்ட பகவன் புத்தரின் திருவாய்மொழியே என்பது நமக்கு விளங்குகிறது. புத்தர் நான்கு வருணங்களைக் குறிப்பிட்ட போதும் அவற்றிற்கும் அப்பாற்பட்ட தீண்டத்தகாத மக்களுக்கும் பவுத்தம் விடுதலை அளித்தது. சங்கம் சரணமளித்தது.

சங்கத்தில் சேர்வதற்குச் சாதி ஒரு தடையில்லை என்ற போதிலும் ஒருவரது செயல்கள் அதற்கு எதிராக இருந்தால் அதை அவர்கள் விட்டொழித்தாக வேண்டும். எனினும் அவருக்குத் தீட்சை பெற உரிமை உண்டு. இந்து என்ற அடையாளத்தைப் பிறவி அடிப் படையிலாக மட்டுமின்றி ஒருவகை இனம் (ethnic) சார்ந்ததாகவும் இந்து மதம் முன்வைக்கிறது. இன்றுவரை இந்துத்துவத்தைப் பிடித்தாட்டும் ‘அந்நிய’ அச்சம் சிந்திக்கத்தக்கது. எனவே, இந்தியாவில் பிறக்காதவர் எவரும் இந்துவாக இயலாது. இந்நிலையில் வெளிநாடுகளிலிருந்து வந்து இங்கு வாழ நேர்ந்த யவனர், ஹூணர், மாலவர், குர்ஜரர் முதலானோர் இந்தியச் சமூகத்திற்கு நுழையும் வாயிலாகவும்கூட பவுத்தமும் சமணமும் விளங்கியதைத் தர்மானந்தர் குறிப்பிடுகிறார்.

ஒன்றைச் சொல்வது முக்கியம். சமணச் சங்கம் அந்நியர்களை ஏற்றுக்கொண்ட போதிலும் வருணங்களுக்கு அப்பாற்பட்ட வர்களை, தீண்டத்தகாதவர் என ஒதுக்கி வைக்கப்பட்டவர்களை ஏற்கவில்லை என்பது குறிப்பிடத்தக்கது. சாதி, செயல், உடல் முதலியவற்றில் குறைகளுடைய ஜூங்கிதர்களைச் சமணச் சங்கம் தீட்சைக்கு ஏற்பதில்லை (பிரவசன சாரோத்தாரம்,

துவாரம் 107). கல்விப்பணி ஆற்றுதல், பசிப்பிணி அகற்றுதல் முதலானசெயற்பாடுகளின்ஊடாக அடித்தளமக்களைநெருங்கிவந்த சமணம் நடைமுறைப்படுத்திய இந்த ஒதுக்குதல் அம்பேத்கர் போன்றவர்கள் சமணத்தின் பால் ஈடுபாடு காட்டாததற்கான காரணங்களில் ஒன்று என்பதும் சிந்திக்கத்தக்கது.

எனினும் புத்த சங்கம் முழுமையும் முழுக்க முழுக்க அடித்தள மக்களாலேயே நிரப்பப்பட்டிருந்தது எனப் பொருள் கொள்ளத் தேவை இல்லை. பவுத்தம் குறித்து உலகளவில் அறியக் காரண மானவர்களுள் ஒருவரான சென்ற நூற்றாண்டு அறிஞர் ரைஸ் டேவிட்ஸ் அவர்களின் கணக்கீட்டின்படி தேரி காதையில் சுமார் 60 பிக்குகளின் சாதி விவரங்கள் வெளிப்படையாக அறியக் கிடக்கிறது. அவற்றுள் 8.5 சதம் பேர்கள் ஒடுக்கப்பட்ட மற்றும் அடித்தள சாதிகளைச் சேர்ந்தவர்களாயுள்ளனர். அன்றைய சூழலில் இதுவே ஒரு மாபெரும் புரட்சி என்பதை திருப்பித் திருப்பிச் சொல்ல வேண்டியதில்லை.

எனினும் புத்த சங்கத்தில் சேருபவர்களுக்குச் சாதி அடையாளத் தைத் துறக்க வேண்டும் என்கிற கட்டாயம் விதிக்கப் படாததும் இங்கே சிந்திக்கத்தக்கது. சமூகத்தில் நிலவும் சாதிக் கொடுமை களுக்கு எதிராக சாக்கிய முனி தீவிரமான நிலைப் பாடுகளை மேற்கொள்ளாததையே இது காட்டுகிறது. ஒரு வேளை லட்சுமி நரசு கூறுவதுபோல அன்றைய சமூகச் சூழலில் அதற்கொரு தேவை இல்லாதிருந்திருக்கலாம். எனினும் சுனிதரின் வாக்குமூலத்தைப் படிக்கும்போது அப்படி எளிதாகச் சொல்லிவிடவும் இயல வில்லை. தோன்றும்போதே இந்தியச் சாதியத்துடன் ஒரு சிறிதளவு சமரசம் செய்துகொள்ள வேண்டிய நிர்ப்பந்தம் பவுத்தத்திற்கு இருந்ததாகவே நாம் புரிந்துகொள்ள வேண்டி யிருக்கிறது.

இதன் விளைவாகவே பெரிய அளவில் பார்ப்பனர்கள் புத்த சங்கத்தில் எவ்விதத் தடையுமின்றி சேர முடிந்தது. கோதமரின் முதற் சீடர்களான பஞ்சவர்க்கத்துப் பிக்குகள் எனப்படும் ராமன், துவஜன், லக்கணன், மந்தி, கோண்டஞ்ஞன் (கௌண்டின்யன்), போஜன், ஸுயாமன், ஸுதத்தன் ஆகிய எண்மரும் ஆறங்கத்தோடு மறை பயின்ற அந்தணர்களே. உருவேல வனத்திற்குப் பெருமான் வந்தபோது சடை முடியர்களான காஸ்யப சகோதரர்கள் மறை விதிப்படி தீ வளர்த்துத் தவம் செய்துவந்தனர். அவர்களுள் மூத்தவரான உருவேல காஸ்யபவனுக்கு மட்டும் அய்நூறு சீடர்கள்

இருந்தனர். அனைவரும் புத்தருக்குச் சீடர்களானார்கள். தொடர்ந்து புத்தர் செல்லுமிடமெல்லாம் அவரால் ஈர்க்கப்பட்டோ, வெல்லப் பட்டோ பார்ப்பனர்கள் பெரிய அளவில் புத்த சீடர்கள் ஆனார்கள்.

புத்த சங்கத்திற்குள் தலைமைப் பொறுப்புகளில் இருந்தோர் களில் பலர் சமூக மரியாதை மிக்கவர்களாயும் பொருளியல் அடிப்படையில் முன்னணியில் உள்ளவர்களாகவும் இருந்ததை ஓல்டென்பெர்க் விரிவாகச் சுட்டிக்காட்டுகிறார். முதல் பவுத்தப் பிரச்சாரர்களில் இருவரான தபுஸ்ஸனும் பல்லிகனும் பெரும் வணிகர்களாக இருந்தோர். முதற்பேருரைக்குப்பின் ஏகப்பட்டோர் புத்த நம்பிக்கையாளர்களாயினர். மதம் மாறிய அடுத்தவர் யசன். இவர் வாரணாசியிலிருந்த பெருங்குடும்பம் ஒன்றைச் சேர்ந்தவர். யசனின் பணக்கார நண்பர்கள் பலரும் புத்த சங்கத்தில் இணைந்தனர். அவனது பெற்றோரும் மனைவியும்கூடப் பவுத்த மதத்தில் இணைந்தனர். மனம் மாறிப் புத்தமதத்தில் சேர்ந்தோர் குறித்த கதையாடல்கள் அனைத்தும் ஒரே மாதிரி யாகவே உள்ளன என்கிறார் ஓல்டென்பெர்க்.

உருவேலாவிலிருந்து ராஜகிருஹத்திற்குப் பெருமான் எழுந் தருளிய போது பன்னிரண்டு பார்ப்பன ரிஷிகளுடனும் பெருங்குடி மக்களுடனும் சூழ இருந்த மன்னர் பிம்பிசாரானும் புத்த போதனைகளைக் கேட்டு புத்தரின் சீடரானார். சூழ இருந்தவர் களும் மன்னரைப் பின்பற்றினர். இங்குதான் சஞ்சயனின் மாணவர்களும் பார்ப்பனர்களுமான சாரிபுத்தரும் மொக்கல்லா னரும் புகழ்மிக்க புத்த சீடர்களாயினர்.

சாதியில்லாச் சங்கம் ♦ 71

14

சங்கம் செய்த சமரசங்கள்

கோசல மன்னன் பிம்பிசாரனைப் போலவே மகத மன்னன் பசனேதியும் புத்தநெறியை விரும்பி ஏற்றான். புத்த பகவனுக்குச் சம வயதினர்களான இவ்விருவரும் இறுதிவரை புத்த சங்கத்தின் புரவலர்களாகவும் பாதுகாவலர்களாகவும் விளங்கினர்.

சங்கத்தில் இணைந்தவர்களும் புத்தநெறியை மேற்கொண்டவர்களும் விலை மதிப்பற்ற பரிசுகளை வழங்கினர். வேலுவனம் என்கிற நந்தவனத்தை மன்னன் பிம்பிசாரன் புத்தருக்கும் தோழர்களுக்கும் பரிசு அளித்தான். இதுவே புத்தர் ஏற்றுக் கொண்ட முதற் தோட்டம். சங்க உறுப்பினர்கள் தங்குவதற்கு இத்தகைய வனங்கள் அவர்களுக்குத் தேவைப்பட்டன. எதிர்காலத்தில் துறவிகள் இதுபோன்று பரிசுகள் ஏற்பதற்கான விதிமுறையும் உருவாக்கப்பட்டது. இதை முன்னுதாரணமாகக் கொண்டே பின்னாளில் அனுராதபுரத்திலிருந்த மகாமேகவனத்தை தேவனாம்பிய திஸ்ஸனிடமிருந்து மகிந்தன் கொடையாகப் பெற்றுக்கொண்டான் என்பது வரலாறு.

சாவதி நகரிலிருந்த ஜேதவனத்தை அனாத பிண்டிகன் என்ற பெருவணிகன் விலைக்கு வாங்கிப் புத்த சங்கத்துக்குப் பரிசளித்த கதை சற்று வித்தியாசமானது. பகவன் புத்தர் சாவதிக்கு வருகை தந்த போது அவரை உரிய முறையில் கவுரவித்துத் தங்க வைப்பதற்கு ஏற்ற இடம் ஜேதவனம்தான் என்றுணர்ந்த அனாத பிண்டிகன் வனத்திற்கு உரிமையாளனான ஜேதகுமாரனிடம் அதை விலைக்குக் கேட்டான். மிகுந்த வற்புறுத்தலுக்குப் பின்பு ஜேதகுமாரன் கேட்டபடி அவ்வனம் முழுவதிலும் தரைமீது தங்கத் தகடுகளை அடுக்கி, அதையே விலையாக அளித்து வனத்தை உரிமையாக்கிப் பின் அதனைப் புத்தருக்கு கொடையாக்கினான்

என்பது கதை. எல்லாக் கதையாடல்களையும் போலவே இதிலும் மிகைக் கூறுகள் நிரம்பியிருந்தபோதிலும் மிகவும் விலையுயர்ந்த பரிசுகள் சங்கத்திற்குப் புத்தரின் காலத்திலேயே பரிசளிக்கப்பட்டன என்பதும் புத்தர் அதை ஏற்றுக்கொண்டார் என்பதும் வெளிப்படை. புத்த சரிதங்கள் தவிர இது போன்று கொடையளிக்கப்பட்டதற்கான கல்வெட்டுச் சான்றுகளும் ஏராளமாக உண்டு.

உயர் வர்க்கங்களிடமிருந்து இத்தகைய கொடைகளை ஏற்க நேர்ந்ததன் விளைவாகப் பல சமரசங்களைச் சங்கம் மேற்கொள்ள வேண்டியதாயிற்று.

சங்க விதிகளைச் சொல்லும் வினயபிடகத்தில் கூறப்படும் ஒரு செய்தி: சிரேனிய பிம்பிசார மன்னனின் படை வீரர்களில் சிலர் சாக்ய புத்த சாமணர்களின் உயர் பண்புகளால் ஈர்க்கப்பட்டு 'பப்பஜர்களாகத்' (துறவியர்) தீட்சை பெற்றனர். படைப்பிரிவில் அவர்கள் காணவில்லை என்பதையறிந்த அதிகாரிகள் அரசனிடம் முறையிட்டனர். இவ்வாறு படைப்பிரிவினரைப் போர் செய்யவிடாமல் தடுப்பவர்களுக்கு மரண தண்டனை வழங்கலாம் என்பதைக் கலந்தாலோசித்து அறிந்துகொண்ட மன்னன் பகவன் புத்தரிடம் சென்று இதுகுறித்து முறையிட்டான். அன்றைய அறவுரை முடிந்த பின்பு புத்தர் பிக்குகளை நோக்கிச் சொன்னார்: 'பிக்குகளே, அரச சேவைகளில் இருக்கும் யாரையும் பப்பஜர்களாகத் தீட்சை அளிக்க வேண்டாம். அப்படிச் செய்வோர்கள் குற்றம்புரிந்தவராகக் கருதப்படுவர்.' சிறிய தண்டனையானபோதிலும் தண்டனைக் குரிய குற்றமாக அது கருதப்பட்டது.

பெருவணிகர்களிடம் கடனாளிகளாகவும், பிரபுக்களிடம் அடிமைகளாகவும் இருந்த பலர் பிக்குகளாகத் தீட்சை பெற்ற போதும் இதுபோன்று பிரச்சினைகள் எழுந்தன. தீட்சை பெற்றவர்களைத் துன்புறுத்தலாகாது என அரசாணை இருந்ததன் விளைவாகக் கடன் கொடுத்தவர்களும் அடிமை உரிமையாளர்களும் சாக்கிய முனியாம் புத்த பகவனிடம் முறையிட்டபோதும் அவர், 'பிக்குகளே, கடனாளிகளுக்கும் அடிமைகட்கும் தீட்சை யளிக்க வேண்டாம், மீறிச் செய்பவர்கள் குற்றவாளிகளாகவே கருதப்படுவர்' என்றுதான் ஆணையிட்டார்.

கொடையளித்தவர்களின் நிர்ப்பந்தங்களை ஏற்று கடனாளிகள், அடிமைகள், அரசு ஊழியர்கள் ஆகியோரைச் சங்கத்திற்குள்

அனுமதிக்காத சமரசத்தைப் புத்தர் செய்ய நேர்ந்தபோதும் சாதிகளையும், வர்க்கங்களையும், வருணங்களையும் தாண்டிய சங்க அமைப்புகள் என்பன அக்கால கட்டத்தில் ஒரு மிகப்பெரிய கலகமே என்பதை நாம் மறந்துவிடலாகாது. சங்கத்திற்குள் சாதி வேறுபாடுகள், வருண ஏற்றத்தாழ்வுகள் கடைப்பிடிக்கப்பட்ட தில்லை. எத்தனை பணக்காரக் குடும்பத்தில் இருந்து வந்திருந்த போதிலும் அனுமதிக்கப்பட்ட துவராடைகள், பிட்சைப் பாத்திரம் தவிர வேறு எந்தத் தனிச் சொத்தையும் எந்தத் துறவியும் வைத்துக் கொள்வ தற்கும் அனுமதியில்லை.

இத்தகைய இறுக்கமான நிபந்தனைகளைச் சங்கத்திற்கு அப்பால் புத்தநெறியை ஏற்றுக்கொண்ட மக்கள்மீது திணிக்கும் சாத்தியம் சங்கத்திடம் இல்லை என்பதை நாம் புரிந்துகொள்ள வேண்டும். இனக் குழுச் சமூகங்களிலிருந்து அரசுருவாக்கமும் நிகழ்ந்து கொண்டிருந்த காலகட்டம் அது என்பதை முன்பே பார்த்தோம். அன்று ஆதிக்கத்தில் இருந்த பார்ப்பன நெறி முறைகளை, வேத முதன்மையை, வேள்வி மரபுகளை, வருண தருமத்தை வீழ்த்த வேண்டிப் புதிய அரசுருவாக்கங்களுடன் புத்தர் மேற்கொண்ட ஒரு ஒப்பந்தமாகவே இச்சமரசங்களைக் கருத வேண்டியிருக்கிறது. புதிதாய் உருவான பேரரசுகளான கோசலமும் மகதமும் இனக் குழுக்களை அழித்து உள்வாங்க மேற்கொண்ட முயற்சிகளில் புத்தருக்கு ஒப்புதல் இல்லாதபோதிலும் வேத பிராமணர்களையும் அவர்களின் மரபுகளையும் வீழ்த்துவதற்கு வேறு சாத்தியமான வழிகள் இருந்திருக்க இயலுமா என நமக்கும் சொல்ல இயலவில்லை.

உருவாகிவந்த இப்பேரரசர்கள் வேள்வி முதலியவற்றிலிருந்து முற்றாக விலகியவர்களில்லையாயினும் பெரும் ஆதரவுடன் அன்று வளர்ந்துவந்த புத்த சங்கத்திடம் மரியாதையுடன் விளங்கினர். புத்தநெறியை ஏற்றுக்கொண்டனர். புத்த சங்கத்திற்குப் பாதுகாவ லாகவும், ஆதரவாகவும் இவ்வரசுகள் விளங்கிய போதும் இனக் குழுக்களை அழிக்க வேண்டாம் என்று புத்தர் அளித்த அறவுரைகளை இவர்கள் கேட்கத் தயாராக இல்லை. அஜாதசத்ரு வஜ்ஜியர் களுக்கு எதிராகப் படை எடுக்கும் முன்பு அத்தகைய போர் வேண்டாம் என்பதைப் பகவன் புத்தர் அஜாத சத்ருவின் பார்ப்பன அமைச்சரிடம் மறைமுகமாக வற்புறுத்திப் பார்த்தார். மன்னன் அதை ஏற்கவில்லை, படையெடுப்பு நிகழ்ந்தது. கோசல

மன்னன் விதூதபன் புத்தரின் சாக்கியக் குடியரசை அழிப்பதற் காக மேற்கொண்ட போர் அவர் கண் முன் நடைபெற்றது. புத்தரால் அதைத் தடுக்க இயலவில்லை.

வேள்விகள், யாகங்கள் என்கிற பெயரில் சமூகச் செல்வங்களும், உபரிகளும் அழிக்கப்பட்டுக்கொண்டிருந்த நிலை உருவாகிவந்த பேரரசுகளுக்கும் உவப்பாக இருந்திருக்காது என்பதை நம்மால் ஊகிக்க முடிகிறது. எனவே வேள்விகளுக்கு எதிராகப் பெரும் மக்கள் ஆதரவுடன் உருவாகிவந்த சிரமண சங்கங்களைப் பாதுகாக்கும் அவசியமும் அரசுக்கும் பெரு வணிகர்களுக்கும் இருந்தது. சங்கம், அரசு, பெரு வணிகர்கள், மக்கள் ஆகியோருக் கிடையே அன்று இருந்த உறவை நாம் இப்படித்தான் விளங்கிக் கொள்ள வேண்டியிருக்கிறது.

எனினும் பெரிய அளவில் உயர் வருணத்தாரும் வர்க்கத்தாரும் சங்கத்தில் சேர்ந்து ஆதிக்கம் செலுத்தத் தொடங்கிய நிலை என்பது புத்த மதத்தின் பின்னாளைய வளர்ச்சியிலும் வீழ்ச்சியிலும் பெரும் பங்காற்றி இருக்கும் என்பதை நாம் புறக்கணித்துவிட இயலாது.

உபநிடதங்களுக்கு எதிராகப் புத்தர் முன்வைத்த சிந்தனைகள் அவரது அறிவுக்கூர்மைக்கும் மொழித்திறனுக்கும் எடுத்துக்காட்டு களாய் விளங்குகின்றன. பிரபஞ்சத்திலுள்ள எல்லாப் பொருள் களுக்கும் சாராம்சமாக ஒவ்வொரு பண்பிருக்கின்றது என்கிற பிராமண சிந்தனைகளைத் தனது சாராம்ச மறுப்பு அணுகல் முறையால் தவிடுபொடியாக்கினார் புத்தர்.

பிராமண உபநிடதத் தத்துவம் பிரபஞ்சப் பொருள்களை அவற்றின் சாராம்சத்தின் மூலம் வகை பிரித்தது. அந்தச் சாராம்சம் சுயதர்மம் என்றழைக்கப்பட்டது. ஒன்றின் சுய தருமமே அதன் சுயகடமையாகவும் இருந்தது. நால் வருண அமைப்பிற்கும் அவ்வருணங்களின் சுய தருமங்களுக்கும் இவ்வாறே தத்துவ அடிப்படைகள் வழங்கப்பட்டன. இந்தச் சுயதருமங்களை நிறைவேற்றுவதன் மூலம் செய்யும் கருமங்களேதூய்மை யானவை. இவற்றிலிருந்து வழுவும்போது நிகழும் கருமங்கள பாபமானவை, தீட்டானவை; பிறவிச் சுழலிலிருந்து விடுதலை அளிக்க வழி வகுக்காதவை. எடுத்துக்காட்டாக ஒரு சூத்திரனின் சுய தருமம் மற்ற வருணத்தாருக்குப் பணிந்து ஏவல் செய்வது. அப்படிச் செய்யும் போதே அவனது கருமங்கள் தூயதாக அமைகின்றன.

புத்தர் சாராம்சத்தை ஏற்காததால் சுயதருமம் என்கிற கருத்தாக்கமே பவுத்தத்தில் கிடையாது. கிடையாது என்பது மட்டுமல்ல பவுத்தம் அதை ஏற்பதுமில்லை. இந்துத்துவமும் போதி சத்துவமும் வேறுபடும் இன்னொரு முக்கியப் புள்ளி இது.

சுய தருமம் என்கிற சொல்லுக்குச் சமமான பாலி மொழிச் சொல் ஏதும் பாலி மூல நூல்களில் காணப்படவில்லை என்கிறார் ரிச்சர்ட் கோம்பிரிச்.

தியானம் செய்யும்
புத்தர் கல்லில் வடிக்கப்பட்ட சிற்பம்
பொலனறுவை (சிறீலங்கா) 12ஆம் நூற்றாண்டு.

இறப்புக்குச் சற்று முன் வைசாலி நகரத்திற்கு புத்தர் வருகை தந்தபோது
அரண்மனை நர்த்தகி ஆம்பரபாலி உவந்தளித்த உணவை ஏற்கிறார்.
திபெத்திய ஓவியம். 18ஆம் நூற்றாண்டு.

15

அனாத்மவாதம்: பார்ப்பனியம் இறைமயப் படுத்தியதை பவுத்தம் அறமயப்படுத்திய கதை

சாராம்சவாதம் பேசுகிறவர்கள் பொருள்கள், உயிர்கள், நிகழ்வுகள் முதலியன என்னவாக உள்ளன என்பதில் கருத்தைச் செலுத்து கின்றனர். அதையே அவர்கள் சாரம் என்கின்றனர். 'சாரம்' (essence) என்பது மாறுவதில்லை. வருண–சாதிப் பண்புகள், தருமங்கள் என்பன இத்தகைய சாரங்களே.

சாராம்சப் பார்வையை மறுக்கும் பவுத்தம் பொருள்கள், நிகழ்வுகள் முதலியன என்னவாக உள்ளன என்பதைப் பற்றிக் கரிசனம் கொள்வதில்லை. அவை எப்படியுள்ளன, எப்படி அவை மாறுகின்றன என்பதில் சிந்தனை செலுத்துகிறது. தனது சாராம்ச மறுப்புப் பார்வையினூடாக உபநிடதங்கள் முன்வைக்கும் 'ஆத்மன்' என்னும் கருத்தாக்கத்தைப் பகவன் புத்தர் எவ்வாறு எதிர்கொண்டார் என்பதை இனி பார்ப்போம்.

மேலை அறிஞர்கள் புத்தர் அனாத்மவாதத்தை மய்யப்படுத்திய வேதம் ஒன்றை முன்வைத்ததாகப் பல சந்தர்ப்பங்களில் எழுதுவர். இதைப் பின்பற்றி இங்கு சிலர் பவுத்தத்தையும் வேதங்களில் ஒன்றாகச் சுருக்க முனைவதும் உண்டு. இது முற்றிலும் தவறு. பவுத்த மரபு இந்து மரபிற்கு முற்றிலும் மாறுபட்ட ஒன்று என்பதில் அய்யமில்லை. ஆனால் அதே தருணத்தில் இந்திய மதங்கள் அனைத்திற்கும் பொதுவாக உள்ள கருமக் கோட்பாட்டை பவுத்தமும் ஏற்கிறது. இப்பிறவியில் நமது செயல்களுக்கு ஏற்ப மறுபிறவி அமைவதைப் பவுத்த மரபும் ஏற்கிறது.

மேலைக் கிறிஸ்தவம் முன் வைக்கும் 'ஆன்மா' (soul) என்பதும் இந்திய மரபு கூறுகிற 'ஆத்மன்' என்பதும் ஒன்றல்ல. ஆன்மா உடலுடன் இணைந்தது ஆனால் வேறுபட்டது, மனதைப்போல. இறப்பின்போது உடல் அழிகிறது. ஆனால் உபநிடதங்கள் கூறும்

ஆத்மன் என்பது உடல், மனம் இரண்டிலிருந்தும் வேறுபட்டது; எதிரானது என்றுகூடச் சொல்லலாம். மனத்தின் சில பண்புகளாகிய 'விருப்பு.' 'நினைவு' என்பதெல்லாம் ஆத்மனுக்குக் கிடையாது.

இவ்வுடல் அனுபவிக்கும் துன்பங்களையோ சுகங்களையோ ஆத்மன் அனுபவிப்பதில்லை. ஆத்மன் ஒரு சாரம். அது மாறுவது இல்லை. இப்பிரபஞ்சத்திற்குள் காணப்படும் தனிப் பொருளின் சாரமும் பிரபஞ்சத்தின் சாரமும் ஒன்றே, மனிதனின் ஆத்மனும் பிரபஞ்சம், பிரகிருதி அல்லது ப்ரும்மம் என்பதின் ஆத்மனும் ஒன்றே. சாராம்சத்தையும் மாறாமையையும் ஏற்காத புத்தருக்கு ஆத்மன் தேவைப்படுவதில்லை. சாதுர்யமான மொழி விளையாட் டொன்றின் மூலம் புத்தர் ஆத்மனைத் தேவையற்ற தாக்குகிறார். இந்துத்துவமும் போதிசத்துவமும் வேறுபடும் இன்னொரு முக்கிய புள்ளி இது.

இதைப் பார்க்குமுன் உபநிடதங்கள், குறிப்பாகப் ப்ருஹ தாரண்ய உபநிடதம் இது குறித்து என்ன கூறுகிறது எனத் தொகுத்துக் கொள்வோம்.

1. மனிதன் தன் கருமங்களுக்கு (கர்மன்) ஏற்ப மறுபிறவி எடுக்கிறான். வேதங்களில் விதிக்கப்பட்டவற்றைச் செய்வதே கர்மம். எடுத்துக்காட்டான ஒரு கருமம் யாகங்களைச் செய்வது ('குந்தி மகனே, வேள்விக்காகத் தொழில் செய்' என்றுதான் கண்ணன் அர்ஜுனனுக்குக் கீதையுரைத்தான்). தூய கருமங்கள் கவுரவிக்கப்படும். தீட்டானவை தண்டிக்கப் படும். செய்த கருமங்களுக்கு உரிய வகையில் அடுத்த பிறவி அமைகிறது. புவி, சுவர்க்கம், நரகம் என எங்கு வேண்டு மானாலும் இது அமையலாம். எனினும் அது தற்காலிக மானதே.

2. இந்தப் பிறவிச் சுழலிலிருந்து நிரந்தரமாகத் தப்புவதற்கான ஒரே வழி ப்ரும்மத்தை (ப்ரம்மன்) அறிவதே. வேதங்களில் மறைந்துள்ள மெய்ப்பொருளே ப்ரும்மம். வாழ்நாளுக்குள் ப்ரும்மத்தை அறிந்தாக வேண்டும். ப்ரும்மத்தை அறிந்தவன் ப்ரும்மன் ஆகிறான். ப்ரும்மத்தோடு கலக்கிறான். எனவே அறியப்பட வேண்டிய மெய்ப்பொருள் என்பது இயற்கையின் இயல்பு, அதாவது சாரம் பற்றியதே. மனிதன் பேருருவான இப்பிரபஞ்சத்தை ஒரு கண்ணாடி போலப் பிரதிபலிக்கிறான். இருவரும் ஒரே சாரத்தைக் கொண்டுள்ளனர். அதுவே ஆத்மன்.

3. சாரமாக ஆத்மா இருப்பதால் அது மாறுவதில்லை. அது இருப்பது ('சத்'); நிலைகொண்டிருப்பது (exists). உருப் பெற்றுக் கொண்டிருப்பதல்ல (opposed to becoming). இருப்பு என்பது நிறைவானது, குறைவற்றது. ஏதேனும் ஒன்று குறையும்போதே 'துக்கம்' ஏற்படுவதால் இருப்பு துக்கமற்றது.

ஆனால்புத்தர் முன்வைக்கும் முதல் பேருண்மையே துக்கம்தான். அதாவது திருப்தியின்மை. வாழ்வின் இறுதியில் எஞ்சுவது அஃதே. எனவே துக்கத்தை வெல்ல வேண்டுமெனில் வாழ்வு அனுபவங்களுக்கு அப்பாற் சொல்ல வேண்டும். வாழ்வின் பண்புகள் எனப் புத்தர் சொல்வன;

1. அநிச்ச–அநித்தியம்–வாழ்வு நித்தியமற்றது.
2. துக்க–திருப்தியின்மை–வாழ்வு திருப்தியற்றது.
3. அனத்த–அனாத்மம்–வாழ்வு ஆத்மா அற்றது.

உபநிடதங்களின்படி ஆத்மன் மாறாதது (சாரம்). புத்தருக்கோ வாழ்வு அநித்தியமானது. மாறுவது. எனவே அது ஆத்மன் அல்லாதது. அனாத்மன். இவ்வாறு உபநிடதங்கள் ஆத்மனை வைக்கும் இடத்தில் புத்தர் அனாத்மனை வைக்கிறார். உயிர்=பிரபஞ்சம்=சாரம் (1=1=1) என உபநிடதங்கள் மொழிந்தால் உயிர்=பிரபஞ்சம்=சாரமின்மை (0=0=0) என மாற்றுப் பார்வையை முன்வைக்கிறார். புற உலகின் மெய்மையைப் பொதுப்புத்தி ஏற்கிறது. புத்தர் அது குறித்துப் பேசுவதில்லை. புற உலகின் மெய்மையை மறுப்பதுமில்லை, ஏற்பதுமில்லை.

புத்தர் நடைமுறை சார்ந்து இயங்கியவர். எதையும் அவர் கோட்பாட்டுருவாக்கம் செய்வதில்லை. புத்தரைப் பொருத்த மட்டில் உபநிடதங்கள் கேலிக்குரியனவே. ப்ரும்மத்துடன் அய்க்கிய மாவதற்கான வழிமுறைகளை வைத்திருப்பதாகச் சொல்லும் பிராமணர்களை அவர் இப்படிக் கேலி செய்வார்:

> நீங்கள் அங்கே போனதுமில்லை, ப்ரும்மத்தை பார்த்ததுமில்லை. குருடர்கள் குருடர்களுக்கு வழிகாட்டுவது போலத்தான் இது. நாட்டின் மிகப்பெரிய பேரழகியைக் காதலிப்பதாகச் சொல்பவன் அவள் யார் எனத் தெரியாது, பார்த்ததில்லை என்பது போலத்தான் (தெவிஜ்ஜா சுத்தம்).

சாரங்கள் இல்லை என்பதால் சுயதருமம் இல்லை. வருணப் பண்பு, வருணக் கடமை, சாதிப் புத்தி எதுவும் இல்லை, குணங்களின் அடிப்படையில் சாதுர் வர்ணம் (நால் வர்ணம்) பிரிக்கப்

படுவதாகச் சொல்லும் கீதை மொழிக்கு இங்கே பொருளில்லை. சுயதருமம் (சாதிக் கடமை) பேணுவதன் அடிப்படையில் தூயவை, தீட்டானவை எனப் பிரிக்கப்பட எதுவுமில்லை. வருண அடிப்படையிலான ஏற்றத் தாழ்வுகளை நியாயப்படுத்துவதற்கான கோட்பாட்டு உருவாக்கத்திற்கு இங்கே இடம் இல்லை. பிறவி அடிப்படையில் சாராம்சமான பண்புகளையுடைய வருண தருமத்தை பவுத்தம் இப்படித்தான் மறுத்தது.

பிராமணியத்தில் சுயதர்மத்தின் அடிப்படையிலேயே பொருள்கள் பிரிக்கப்படுகின்றன. எனவே அவற்றின் மொத்த எண்ணிக்கை ஒரு எல்லைக்குட்பட்டதாக ஆகிவிடுகிறது. அளவற்ற எல்லை இங்கே சாத்தியமில்லை. இவ்வாறு சுயதர்மம், சாரம் ஆகியவற்றின் ஒட்டுமொத்தமான இந்துப் பார்ப்பனப் பிரபஞ்சம் ஒரு மூடுண்ட, எல்லைக்குட்பட்ட பிரபஞ்சமாகிறது. ஆனால் பவுத்த பிரபஞ்சமோ எல்லையற்றது, திறந்து கிடப்பது, நான்கு பரிமாணங்களையும் மீறி விம்மிப்புடைத்திருப்பது. பார்ப்பனியத்திற்கும் பவுத்தத்திற்குமான இன்னொரு வேறுபாடு இது.

பிராமண–உபநிடதத் தத்துவம் முன்வைக்கும் பிரபஞ்சச் சமநிலைக் கோட்பாடும் இங்கே குறிப்பிடப்பட வேண்டிய ஒன்று. நன்மை X தீமை, இன்பம் X துன்பம் என்பனவற்றால் இப்பிரபஞ்சம் சமநிலையில் இருக்கிறது என்பது பார்ப்பனியம். இந்தச் சமநிலை தவறும்போது அதைச் சரிசெய்ய யுகத்திற்கு யுகம்தான் அவதரிப்பதாகக் கண்ணன் கீதை உரைப்பதை நாம் மறந்துவிட இயலாது.

பார்ப்பனியத்தின் பிரபஞ்சச் சமநிலைக் கோட்பாட்டைப் பவுத்தம் கர்மவிதி என்கிற மட்டத்தில் மட்டுமே ஏற்றுக்கொள்கிறது. அதாவது நற்செயல்களுக்கு நற்பலன்கள், தீச்செயல்களுக்கு தீய பலன்கள். எனவே அறச் சமநிலை என்பது தனி நபரின் செல்களைப் பொறுத்ததே. அவரவர் செயல்களுக்கு அவரவரே பொறுப்பு. யாகம், வேள்வி, கடுந்தவம் மூலம் ஒருவர் நற்பலன்களைப் பெற்றுவிட இயலாது. நற்செயல்கள் மூலமே நற்பயன்கள் விளையும். இவ்வாறு பார்ப்பனியம் இறைமயப் (Theologise) படுத்தியதைப் பவுத்தம் அறமயப்படுத்தியது (Ethicise).

16
கருணையால் உலகு தழுவும் அன்புநெறி

'தர்மம்' என்பதற்கு மாற்று விளக்கம் அளித்தது போலவே 'கர்மம்' என்கிற கருத்தாக்கத்தையும் உடைத்துப் போடுகிறார் ஒளிபெற்ற புத்த பகவன். 'கர்மம்' என்பதற்கு 'செயல்' என்பதே பார்ப்பனியம் தரும் பொருள். புத்தர் இதனை 'விருப்பு' அல்லது 'நோக்கம்' என்கிற தளத்திற்கு மாற்றுகிறார். '(செயலை நோக்கிய) விருப்பையே நான் கம்மா என்கிறேன்' என்பது அவர் வாக்கு (அங்குத்தர நிகாயம்). இந்த நோக்கங்கள் அல்லது விருப்பங்கள் அறம் சார்ந்ததாகவும் இருக்கலாம்; அறம் சாராததாகவும் இருக்கலாம். மனம், வாக்கு, காயம் என்கிற எந்த வடிவங்களிலும் இந்த நோக்கங்கள் வெளிப்படலாம்.

பார்ப்பனியம் கர்மங்களைப் பாவம் X புண்ணியம் எனப் பிரிக்கிறது. பவுத்தமோ கர்மங்களை அவற்றின் நோக்கத்தின் அடிப்படையில் குசல கம்மம் X அகுசல கம்மம் எனப் பிரிக்கிறது. விடுதலைக்கு இட்டுச் செல்பவை குசல கம்மங்கள். இவை பேரானந்தத்தை விளைவிப்பவை. கர்மிய விளைவுகளை ஏற்படுத்திப் பிறவிகளுக்கும் விடுதலையற்ற நிலைக்கும் இட்டுச் செல்பவை அகுசல கம்மங்கள். ஆசை, வெறுப்பு, மருள் ஆகிய நோக்கங்களால் உந்தப்பட்ட செயல்களே அகுசல கம்மங்கள். ஆசையின்மை, மற்றவற்றின் மீது வெறுப்பின்மை, மருளின்மை ஆகிய நோக்குகளின்பாற்பட்ட கம்மங்கள் குசல கம்மங்கள்.

இந்தச் சிந்தனையின் நீட்சியாகவே புத்தரின் விடுதலைக் கோட்பாடு உருப்பெறுகின்றது. ப்ரும்மத்தை அறிந்து அதனுடன் கலப்பதே முக்தி எனப் பிராமணங்களும் உபநிடதங்களும் சொல்கின்றன. தெவிஜ்ஜா சுத்தத்தில் புத்தர் இதைக் கேலி செய்ததைப் பார்த்தோம். ப்ரும்மத்துடன் கலப்பதாகச் சொல் கிறீர்களே அற அடிப்படையில் ப்ரும்மத்திற்கும் உங்களுக்கும்

என்ன உறவு என்று அவர் கேட்டபோது பார்ப்பனர்கள் பதில் உரைக்க முடியாதபடித் திணறினர். 'முக்திக்கு என்னதான் வழி, பிரும்மத்தை அடைவது எப்படி?' என்று வினவினர்.

புத்தர் தனது வழக்கமான வழிமுறைகளைச் சொல்கிறார். துறவு, துறவிகளின் கடமை ஆகியவற்றை விளக்கிவிட்டு, இறுதியாக அன்பு, கருணை, அனுதாபம், அமைதி ஆகியவற்றின் மூலம் வியாபித்தலை விளக்குகிறார். இதுவே பிரபஞ்சத்துடன், பிரும்மத்துடன் கலப்பது. இந்த வியாபித்தல் எல்லையற்றது. இந்நிலையைப் பவுத்தம் 'மனதின் விடுபடல்' (சீட்டோ விமுக்தி) என்னும் பார்ப்பன மரபுப்படி வேதங்களின் மறைபொருளை உணரும்போதே ஒருவன் மெய்ஞானத்தை அடைகிறான். அதன் மூலமே அவன் பிருமத்தைத் தழுவுகிறான். பவுத்த விடுதலையோ ஒரு வாழ்முறையைச் சுட்டிக் காட்டுகிறது. மனத்தைக் கருணை வடிவாக்கி உலகு தழுவும் நிலை அது. வேதங்களின் மெய்யறிவு அடைந்தவன் என்பதைக் காட்டிலும் அவன் எப்படி வாழ்கிறான் என்பது முக்கியம். கருணையுடன் வாழ்வது; வெறுப்பற்று வாழ்வது. 'வேட்கைகளால் விளைந்த 'ஹிம்சை' முதலிய கருமங்கள் ஒருபோதும் தூயவையாக இருக்க இயலாது' என்கிறார் புத்தர் (லோகிச்ச சுத்தம்).

பிருகதாரண்ய உபநிடதத்தில் ஒரு கதை: யாக்ஞவல்யருக்கும் மனைவி மைத்ரேயிக்கும் நடந்த உரையாடல் ஒன்றில், 'கணவன் மனைவி ஆகிய இருவரிடையே ஒருவருக்கொருவர் அருமையானவராகத் தெரிவது மற்றவர் மீதான அன்பால் அல்ல; மாறாக சுயத்தின் ('ஆத்மன்') மீது உள்ள அன்பாலேயே மற்றவர் அருமையாகிறார்' என்கிறார் யாக்ஞர். இதற்கு எதிர்வினையாக சம்யுக்த நிகாயத்தில் பவுத்தம் மற்றொரு கதையை முன் வைக்கிறது. பசனேதி மன்னனும் ராணி மல்லிகாவும் உரையாடும்போது இதேபோன்ற ஒரு விவாதம் எழுகிறது. சுயத்தை (தன்னை)க் காட்டிலும் அருமை யானது எதுவும் இல்லை என்கிற முடிவுக்கு இருவரும் வருகின்றனர். எனினும் மன்னன் திருப்தியுறவில்லை. புத்தரைக் கண்டு உசாவுகிறான். அதற்கு அவர், 'சுயத்தைக் காட்டிலும் அருமையானது எதுவுமில்லை என்பது உண்மைதான். ஆனால் மற்றவர்களுக்கும் அவர்களின் சுயம் அருமையானது என்பதை நாம் மறந்துவிட லாகாது. எனவே சுயத்தை நேசிக்கும் ஒருவர் மற்றவரைத் துன்புறுத்தலாகாது' என்று பதில் அளிக்கிறார்.

மற்றதின் இருப்பை பவுத்தம் ஏற்கிறது. மற்றவர்களின் மீது கருணை பொழியச் சொல்கிறது. மற்றவர்களை இம்சிக்கக்கூடாது என வலியுறுத்துகிறது. பார்ப்பனியமோ சுயத்தை முதன்மைப் படுத்தி மற்றதை அந்நியமாக்குகிறது.

பவுத்தம் மீண்டும் மீண்டும் தத்துவத்தினிடத்தில் அறவியலை முன்வைக்கிறது.

வாழ்நாள் முழுதும் புத்தர் இத்தகைய கருத்துகளை மக்கள் மத்தியில் பிரச்சாரம் செய்தார். நாடோடியாய் அலைந்து திரிந்து அறக்கருத்துகளைப் பரப்பினார். பலரும் பவுத்தத்தில் இணைந்தனர். சங்கங்கள் உருவாயின. பிக்குணிகளுக்குத் தனிச் சங்கங்கள். சுத்தோதனர், மஹா ப்ரஜாதி, யசோதரை, மகன் ராகுலன் அனைவரும் பவுத்தத்தில் இணைந்தனர்.

புத்தர்மீதும் சங்கத்தின் மீதும் பொறாமைகொண்ட சிலர் எதிர்ப்புகளை மேற்கொண்டனர். சங்கத்தை உடைக்கவும் முனைந்தனர். புத்தரின் நெருங்கிய உறவினனான தேவதத்தன் சங்கத்திற்குள் புத்தரை எதிர்த்தவர்களில் முதன்மையானவனாக இருந்தான். ஒரு பகுதியினர் மத்தியில் செல்வாக்குடன் வளர்ந்து வந்த அவன் புத்தர் பரிநிர்வாணம் அடைவதற்கு எட்டாண்டு கட்கு முன்னர், புத்தருக்கு வயதாவதால் சங்கப் பொறுப்பைத் தன்னிடம் அளிக்க வேண்டும் என்கிற கருத்தை முன்வைத்தான். சாரி புத்தனையோ மொகல்லாலனையோகூட வாரிசாக நியமிக்கும் நோக்கம் தனக்கில்லை என்பதைப் புத்தர் தெளிவுபடுத்தினார். எதிர்காலத் தலைவர் அல்லது வாரிசு என யாரையும் நியமிப்பது புத்த சனநாயகத்திற்கு ஏற்புடையதல்ல என்பது தெளிவாக்கப் பட்டது. பெரும்பான்மையின் அடிப்படையிலேயே எதுவும் முடிவு செய்யப் படுதல் வேண்டும்.

இதனால் ஆத்திரமுற்ற தேவதத்தன் சங்கத்தைப் பிளவு படுத்தினான். புத்தரின் வாழ்நாளிலேயே சங்கம் பிளவுற்றது. புதிதாய் வந்த துறவியர் சிலருடன் புதிய மார்க்கம் ஒன்றை அமைப்பதாகத் தேவதத்தன் சிலரைப் பிரித்துச் சென்றபோதிலும் சாரிபுத்தனும் மொகல்லாலனும் அவர்களைத் திரும்பிச் சங்கத்திற்குக் கொண்டு வந்தனர். விரக்தியுற்ற தேவதத்தன் நோயுற்று மாண்டான்.

கற்றறிந்த துறவியர் அணி ஒன்றை உருவாக்கிய புத்த பகவன் தனது எண்பதாவது வயதில் பிக்குகள் சிலர் பின்தொடர

நின்றகோலத்தில் புத்தர். ஆனந்தரின் உருவம் எனப் பலராலும் கூறப்பட்ட இவ்வடிவின் 'உஷ்நிஷா' (சிகை) வைக் கொண்டு புத்தர் என அடையாளம் காணப்பட்டது. கல்விஹாரை, பொலனறுவை (சிறீலங்கா) 12ஆம் நூ.

ஆங்கர் வாட் பாணி சிற்பம்
கம்போடியா, 8–12ஆம் நூ.

புத்தரின் திருப்பாத பீடிகை. புத்தரது அறிவுரைகளையும் தம்மத்தையும் குறியீடு செய்யும் சக்கரம் தாங்கிய பாதம். வாழ்நாளெல்லாம் ஓரிடத்தில் தரியாது அலைந்து திரிந்து தம்மத்தை உபதேசித்தவர் அவர். புத்தர் மறைந்த வெகு காலம் வரை தாது கோபங்களையும் பாத பீடிகைகளையுமே மக்கள் வணங்கி வந்தனர்.

ராஜகிருஹத்தியிலிருந்து வடக்கு நோக்கித் தனது இறுதிப் பயணத்தைத் தொடங்கினார். லிச்சாவியின் தலைநகரான வைசாலியை அடைந்தார். ஆடலரசி அம்பபாலி உவந்தளித்த தோட்டம் அங்கிருந்தபோதிலும் அந்த மழைக் காலத்தைக் கழிக்க புத்தர் ஏனோ அதைத் தேர்வு செய்யவில்லை. பேலுவகாமா என்கிற ஒரு கிராமத்திற்குச் சென்று அங்கே தங்கியபோது அவர் கடும் நோய்வாய்ப்பட்டார். நோயிலிருந்து மீண்டபோதும் அவர் உடல் தேறவில்லை. பலவீனமாக இருந்தார். மரணத்திற்கு முன்னர் சங்கம் குறித்த இறுதிக் கட்டளைகளை அருள வேண்டும் என அருகிருந்து பணிவிடைகள் செய்த ஆனந்தர் கண்கலங்க வேண்டி நின்றார். கருணை பொங்க பகவன் கூறினார்:

ஆனந்தா, சங்கம் என்னிடம் என்ன எதிர்பார்க்கிறது? ரகசிய மானது, எல்லோரும் அறிந்துகொள்ளக்கூடியது என்றெல்லாம் வேறுபாடுகள் இல்லாமல் தம்மத்தை அனைவருக்கும் போதித் துள்ளேன். உண்மையைப் பொருத்தமட்டில் எதையும் நான் மிச்சம் வைத்துக் கொள்ளவில்லை. சங்கத்தை யாரும் தலைமை தாங்கி நடத்திச்செல்ல முடியும் எனக் கருதினார்களானால், சங்கமும் அவர்களைச் சார்ந்து இருந்தால் அவர் தனது ஆணை களை இட்டுக்கொள்ளட்டும். ததாகதருக்கு அப்படி எந்தக் கருத்தும் இல்லை. அவர் ஏன் ஆணைகளை இடவேண்டும். ஆனந்தா எனக்கு வயதாகிவிட்டது. எண்பது வயது. தேய்ந்து போன வண்டி போலாகிவிட்டது என் உடம்பு. பழுதுபார்த்தால் தான் அது ஓடும். ஆகையால் ஆனந்தா, உனக்கான தீவை நீயே உருவாக்கிக்கொண்டு வாழ்ந்துகொள். உனக்கு நீயே, அடைக்கலமாகிக்கொள். உனக்கு நீயே விளக்கு-தம்மமே உன் தீவு. தம்மமே அடைக்கலம். வேறு எதுவும் உனக்கு அடைக்கல மாக இருக்க முடியாது.

தம்மத்தில் அடைக்கலமாதல் தம்மத்தையே இறுதி வாக்காகக் கொள்வதல்ல என்பதாலேயே 'உனக்கு நீயே விளக்கு' என்பதை அழுத்திச் சொன்னார் பகவன். தம்மத்தின் ஊடாகச் சிந்தித்து முடிவுகளை எட்டுதல், அதுவே புத்தன் அளித்த நெறி.

புத்தமரபு இதை இறுதிப் பேருரை எனப் போற்றும்.

17

எந்நேரமும் ஒளிர்ந்தவர் இயற்கை எய்தினார்

இன்னும் மூன்று மாதங்களுக்குப் பின் தான் மகாபரிநிப்பானம் (மரணம்) அடைய முடிவு செய்திருப்பதாக அறிவித்த புத்தர் வைசாலிக்கு அருகில் இருந்த பிக்குகள் அனைவரையும் மகா வனத்தில் கூட்டுமாறு ஆனந்தரைக் கேட்டுக்கொண்டார். தான் அவர்களுக்குச் சொன்னவற்றை ஏற்று நடக்கும்படியாகவும் தம்மத்தை உலகெங்கிலும் பரப்புமாறும் கூடியிருந்த பிக்குகளிடம் வேண்டிக்கொண்டார். எல்லோருடைய நன்மைக்காகவும் உலகின் மீதுள்ள கருணையினாலும் அவர்கள் அதைச் செய்ய வேண்டும் என்றார்.

கிரகங்களைப் பார்த்துச் சோதிடம் சொல்லுதல், தீயவை, நல்லவை எனச் சகுனம் பார்த்தல், எதிர்காலத்தில் வருவது உரைத்தல் இவை அனைத்தும் விலக்கப்பட்டவை என்பதை அவர்களுக்குச் சுட்டிக் காட்டினார். மனத்தை விருப்பம்போல் அலைய விடுபவர்கள் நிர்வாணம் அடைய முடியாது. உலகார்ந்த ஆசைகளிலிருந்து ஒதுங்கி மனத்தில் அமைதியை நாடச்சொன்னார். பசியாரச் சாப்பிடுவதோ தாகம் தீரக் குடிப்பதோ தவறில்லை. ஒரு வண்ணத்துப்பூச்சி பூவிலிருந்து தேனை அது வாடாமலும் கசங்காமலும் உறிஞ்சுவதுபோல உங்கள் வாழ்வின் தேவைகளைப் பூர்த்தி செய்துகொள்ளுங்கள் என்றார். நான்கு பேருண்மைகளை அறியாததன் விளைவாகவே நாம் இந்தப் பிறவிச் சுழலில் ஆட்பட்டுள்ளோம். நான் உங்களுக்குக் கற்றுத் தந்த தியான முறைகளைப் பின்பற்றுங்கள். சீலமற்ற செயல்களுக்கு எதிராகப் போராடுங்கள். அற வலிமை பெறுங்கள். அறநுண்ணுணர்வை இட்டுச் செல்லும். ததாகதரின் இறுதி விரைவில் நிகழும். தோன்றியதனைத்தும் முதுமை அடையும். இயற்கையில் கரையும்.

எது நிரந்தரமோ அதைத் தேடுங்கள். இறுதி விடுதலை நோக்கி ஊக்கத்துடன் முன்னேறுங்கள் என்பனவே அவர் பிக்குகளுக்குச் சொன்ன இறுதி அறவுரைகள்.

விடிந்ததும் எழுந்த புத்தர் தூய துவராடையுடன் வெளிப்போந்து வைசாலி மக்களிடம் பிட்சையேற்றார். நகரைக் கடந்து வந்து உணவுண்டு அமர்ந்த பிரான் தான் பலமுறை வந்து சென்ற வைசாலியைக் கம்பீரமாக நோக்கினார். 'ஆனந்தா! ததாகதர் வைசாலியைக் காண்பது இதுவே கடைசிமுறை. வா பயணத்தைத் தொடர்வோம்' என்று எழுந்தார். வழியில் பல கிராமங்களிலும், நகர்ப்புறங்களிலும் தங்கி அருளுரைத்த பகவன் இறுதியில் பாவாபுரியை அடைந்து சுந்தன் என்கிற பொற்கொல்லனின் தோட்டத்தில் தங்கினார்.

அருளுரை கேட்ட சுந்தன் அடுத்த நாள் தம் வீட்டில் விருந்துண்ண புத்தரை அழைத்தார். விருந்தில் அன்புடன் அளிக்கப்பட்ட ஸூகர மத்வம் (பன்றி இறைச்சி) அவரது இறுதி உணவாக அமைந்தது. மற்ற பிக்குகளை அதை உண்ண வேண்டாம் எனச் சொன்ன ததாகதர் எஞ்சியதைக் குழிதோண்டிப் புதைத்துவிடுமாறு வேண்டிக் கொண்டார். வயிற்றுக் கோளாறினால் அவதியுற்ற புத்தர் சொல்லொணாத் துன்பத்தை அமைதியுடன் தாங்கிக் கொண்டார். குறையேதும் கூறவில்லை என்பதோடு சுந்தன் அளித்த உணவால்தான் தனக்கு இக்கதி நேர்ந்தது என யாரிடமும் கூற வேண்டாம் எனவும் உடனிருந்த ஆனந்தரிடம் வேண்டிக் கொண்டார். தான் ஒளி பெறுவதற்குமுன் இறுதியாகத் தனக்கு அளிக்கப்பட்ட உணவைப் போலவே இதுவும் புனிதமானதே என்று கூறிய புத்தர், சுந்தன் இது குறித்தக் குற்றவுணர்ச்சி அடையலாகாது என்பதில் கவனமாய் இருந்தார்.

பாவாபுரியை விட்டகன்ற பிரான் ஆங்காங்குக் களைத்துச் சோர்ந்து துவராடையை விரித்துப் படுத்துக் களைப்பு நீங்கியவுடன் எழுந்து தள்ளாடும் நடையுடன் பயணத்தைத் தொடர்ந்தார். இறுதியில் ஹிரண்யவதி ஆற்றின் மறு கரையிலுள்ள குசிநாராவை அடைந்தது புத்தரின் குழு. மல்லர்களின் வனத்திலிருந்த சால மரத்தோப்பிற்குச் செல்லுமாறு பணித்த புத்தர் அங்கிருந்த இணையான இரட்டை மரங்களுக்கிடையில் துவராடை விரிக்கச் சொல்லி வலப்புறமாக ஒருக்களித்து ஒரு கால்மீது மற்றொன்றை வைத்துப் படுத்தார். அது சால மரங்கள் பூக்கும் பருவமன்று.

எனினும் அவ்விரு மரங்களும் உச்சிமுதல் அடிவரை பூத்துக் குலுங்கி நின்றன. புத்த பகவனின் திரு உடல்மீது பூக்களைச் சொரிந்து நின்றன. இந்த விந்தையைச் சுட்டிக்காட்டிய புத்தர் முழுநிறைவடைந்தவருக்கு இயற்கை செய்யும் மரியாதை இது என்று கூறினார். 'ஆனால் ஆனந்தா, முழுநிறைவடைந்தவரோ வேறொரு மரியாதைக்குரியவராகவே உள்ளார். ஆண் சீடரோ, பெண் சீடரோ, குடும்ப வாழ்க்கையில் இருப்பவர்களோ யாரா யிருந்தபோதிலும் பெரிய விசயங்களாயினும், சிறிய விசயங்க ளாயினும் அவர்கள் உண்மையுடன் வாழ்ந்தால், தம்மத்தின்படி வாழ்ந்தால் முழுநிறைவடைந்தவருக்கு அதுவே மிகப் பெரிய மரியாதை, புகழ்ச்சி' என்று அவர் கூறியபோது ஆனந்தர் அந்த இடத்தைவிட்டு அகன்று தேம்பித் தேம்பி அழுதார்.

சீடர்களை அனுப்பி ஆனந்தரை அழைத்து வரச் சொன்ன பிரான், 'அழாதே ஆனந்தா, மனிதன் விரும்புகின்ற எல்லாவற்றில் இருந்தும், அவன் மகிழ்ந்து அனுபவிக்கும் அனைத்திலிருந்தும் ஒரு நாள் அவன் பிரிந்துதான் ஆகவேண்டும். பிறந்து, வளர்ந்து, அனைத்தும் சிதைந்து மறைவது இயற்கை. இதில் விதிவிலக்கு யாருக்கும் இல்லை' என்று கூறி அவரைத் தேற்றினார். ஆனந்தரின் சிறப்புகளை பிற பிக்குகளிடம் பகிர்ந்து கொண்டார்.

இரவு வந்தது. குசினாராவைச் சேர்ந்த மல்லர்கள் குடும்பத்துடன் சால மரத்தோப்பிற்கு வந்து இறந்துகொண்டிருந்த ததாகதருக்கு இறுதி வணக்கம் செலுத்திச் சென்றனர். அச்சமயத்தில் புத்தர் மரணப் படுக்கையிலிருப்பதைக் கேள்வியுற்று சுபத்தர் என்ற முனிவரொருவர் அவரைக் காண வந்தார். புத்தர் களைத்திருப்பதைச் சொன்ன ஆனந்தர் தற்போது அவரைத் தொந்தரவு செய்ய வேண்டாம் என்றார். மீண்டும் மீண்டும் அவர் வேண்டிய போதும் ஆனந்தர் மறுத்ததைச் செவிமடுத்த புத்தர் சுபத்தரை அனுமதிக்கு மாறு ஆனந்தரைக் கேட்டுக்கொண்டார். புத்தரைப் போற்றிய சுபத்தர் அன்று பல்வேறு மாற்று நெறிகளையும் உரைத் திருந்த பலரையும் கூறி அவர்கள் அனைவரும் மெய்ப்பொருளை உணர்ந்தவர்கள்தானா என்கிற அய்யத்தை முன்வைத்தார். இந்தத் தேவையற்ற அய்யம் சுபத்தரைத் தொந்தரவு செய்யலாகாது என்றுரைத்த புத்தர் அவருக்குத் தம் நெறியைக் கூறினார். எண் வழிப்பாதையைக் கடைப்பிடித்து இலக்கை அடையும் முறையை விளக்கினார்.

புத்தன் அளித்த புதிய நெறியை ஏற்ற சுபத்தர் நிபந்தனைகளை ஏற்றுச் சங்கத்தில் இணையச் சம்மதித்தார். புத்தர் முன் சங்கத்தில் இணைந்த கடைசிச் சீடர் என்றும் அழியாப் பெருமை சுபத்தருக்குக் கிட்டியது.

பிறிதொரு சந்தர்ப்பத்தில் புத்தருக்குப் பின் சங்கம் பிளவுண்டால் என்ன செய்வது, எனவே அவர் ஒரு வாரிசை நியமிக்க வேண்டும் என்கிற எண்ணத்தைப் பிக்குகள் வெளிப்படுத்தியபோது 'புத்தர் வாரிசு நியமனம்' என்கிற கருத்தை மறுத்தது நினைவுக்குரியது. வாரிசு நியமனம் என்கிற சர்வாதிகாரச் சிந்தனை மோதலைத் தீர்க்கப் பயன்படாது, விவாதமும் பெரும்பான்மையின் முடிவை ஏற்கும் சனநாயக முறையுமே சரியான வழி என்பதே புத்தரின் கருத்தாக அன்று வெளிப்பட்டது. மரணப் படுக்கையில் இருந்த இன்றும் அவர் ஆனந்தரை விளித்து, 'ததாகதரின் அருளுரைகள் மட்டுமே இன்று உள்ளன. அவர் இன்று நம்மோடு இல்லை என்கிற எண்ணம் இனி உங்களில் சிலருக்குத் தோன்றக்கூடும். ஆனால் ஆனந்தா, அப்படி யாரும் நினைக்கக்கூடாது. 'தம்மம்' என்றும் 'வினயம்' (சங்க ஒழுங்கு) என்றும் நான் உங்களுக்குச் சொன்னவை என்றும் உங்களை வழிநடத்தும். நான் மறைந்தபின் சங்கம் விரும்பினால் அவற்றில் சாதாரணமானவற்றையும் சிறியவற்றையும் விட்டுவிடலாம்' என்றார்.

பின்பு அவர் பிக்குகளை அழைத்து ஏதேனும் அய்யங்கள் உள்ளனவா என மும்முறை வினவினார். அனைவரும் அமைதியாய் இருந்தனர். ஏதும் அய்யமில்லை என உறுதிப்படுத்திக்கொண்ட புத்த பகவன், 'எனவே பிக்குகளே நான் உங்களுக்குச் சொல்கிறேன். எதுவும் நிரந்தரமன்று, எல்லாம் அழியக்கூடியவையே. கவனமாய்ச் செயற்பட்டு இலக்கை எட்டுங்கள்' என்றுரைத்தார். இதுவே அவரின் இறுதிச்சொற்கள். அந்த வைகாசி பவுர்ணமிப் பின்னிரவில் (கி.பி.486) அவர் உயிர் பிரிந்தது. எண்பதாண்டு கால உலக வாழ்க்கை, சுமார் அய்ம்பதாண்டு கால அலைந்து திரிந்த அருளுரைப் பணி முடிவுக்கு வந்தது. பெரும் மறைவு நிகழ்ந்தது. பூமி அதிர்ச்சி உண்டாயிற்று. விண்ணைப் பூழிப்படுத்தியது சுழற் காற்றும் இடிகளும்.

குசினாராவின் மல்லர்கள் ஒரு பேரரசருக்குரிய மரியாதையுடன் அடுத்த ஏழாம் நாள் நகரின் கிழக்கே இருந்த மகுட பந்தனம் என்கிற சைத்ய பூமியில் அவரது புனித உடலை எரியூட்டினர்.

வெண்கலச் சிற்பம். சுகோதய் (தாய்லாந்து)
நடந்து செல்லும் புத்தர். புத்த உருவச் சித்திரிப்புகளில் உடற்தோற்றம்.
அங்கங்களின் சாய்வுகள் ஒவ்வொன்றிற்கும் தனிப் பொருளுண்டு.

புத்த பகவனின் அஸ்தியைப் பிரித்துக்கொள்வதில் மல்லர்களுக்கும் மற்ற பழங்குடிகளுக்கும் இடையே பிரச்சினை எழுந்த போது துரோணன் என்கிற பார்ப்பனன், 'அமைதியை வேண்டிய ஒருவரின் அஸ்திக்காகப் போரிட வேண்டாம்' எனக் கூறி சமாதானம் செய்துவித்தான். எட்டுப் பங்காகப் பிரிக்கப்பட்ட புத்தரின் பூத உடற்சாம்பல்கள் மகதர்கள், லிச்சாவியர்கள், சாக்கியர்கள், கோலியர்கள், பூலியர்கள், மல்லர்கள் ஆகியோர் தவிர வேத தீபர், துரோணர் ஆகியோருக்கும் அளிக்கப்பட்டன. சாம்பல் நிறைந்த கலயங்களைத் தத்தம் பகுதிகளுக்குக்கொண்டு சென்ற அவர்கள் அவற்றைப் பதித்துத் தூபங்கள் எழுப்பினர். புத்தரின் நினைவைப் பறைசாற்றி நின்றன அந்தத் தாதுகோபங்கள்.

18
அறம் தழைக்க எழுந்த அன்புநெறி

ஒளி பொருந்திய முகம், கருணை கசியும் கண்கள், எளியது வராடை, பிட்சை ஏற்றுப் பெற்ற குறைந்த அளவு உணவு ஆகிய வற்றுடன் ஒரு கணமும் ஓயாமல் அறவாழ்வை வலியுறுத்திய தனது அன்பு நெறியை மக்கள் மத்தியில் கொண்டு செல்வதற்கென வாழ்வை அர்ப்பணித்துக்கொண்டார் புத்தபிரான். அவரது அறவுரைகளில் இறைவனுக்கு இடமில்லை. இறை அம்சம், விசுவாசம், பக்தி, வழிபாடு, சடங்குகளை நிறைவேற்றுதல் முதலியவற்றின் மூலம் முக்தி அடைந்துவிட முடியும் எனப் புத்தர் சொன்னதில்லை. நல்லெண்ணம், நற்செயல் ஆகிய நன்னெறிகள் மூலம் வாழ்வின் துயர் அகற்றுதல் என்பதொன்றே அவர் சொன்ன செய்தி. பிற மதங்கள் வலியுறுத்திய இறை வணக்கம் என்பது இறைவனிடம் தனக்கென சில நன்மைகளைக் கோருவது. பவுத்தம் சொல்கிற தியானம் உள்ளொளியைத் தேடி கருணையால் உலகை வியாபிக்கும் வலிமையைப் பெறும் முயற்சி.

உயிர்க்கொலை, மற்றவர் உரிமைகளை அபகரித்தல், பிறன் மனை விழைதல்–இவை மூன்றும் உடலினால் நிகழ்த்தப்பெறும் தீய அறங்கள்;

மற்றவர்களுக்குத் தீங்கு நிகழும் வகையில் பொய் சொல்லுதல், புறங்கூறுதல், வெறுப்பை விதைக்கும் வன்சொற்களை உமிழ்தல், பயனில பேசுதல் ஆகிய நான்கும் மொழியினால் நிகழ்த்தப் பெறும் தீ ஒழுக்கங்கள்;

மற்றவர் பொருளின் மீது ஆசை, மற்றவர் அழிய விருப்பம், அறச்செயல்களின் மீது நம்பிக்கையின்மை ஆகிய மூன்றும் மனத்தினால் நிகழ்த்தப்பெறும் அறமீறல்கள்'

என மக்களை நோக்கி அறம் உரைத்தவர் புத்தர். இந்தப் பத்து

தீய அறங்களையும் 'அகுசல கம்மங்கள்' எனப் பவுத்தம் உரைக்கும். இவை நீங்கிய செயல்கள் 'குசல கம்மங்கள்.' இப்படி மற்றவர்களுடனான அறவாழ்வை மட்டுமே வலியுறுத்திய நெறியாகப் பவுத்தம் திகழ்ந்தது.

புத்தரின் காலத்தில் எழுத்துகள் தோன்றியிருக்கவில்லை. தனது அறவுரைகளை எழுதி இறுதிச் சாசனமாக வைத்துவிட வேண்டும் என்கிற எண்ணமும் அவருக்கு இருந்ததில்லை. எனினும் அவர் மறைந்தபின் அவரது கருத்துகளைத் தொகுத்துக் கொள்ளும் நோக்கம் பிக்குகளுக்கு உருவாகியது. புத்தர் இறந்த சில நாள்களில் ராஜகிருஹத்தில் 500 பிக்குகள் கூடி வினயபிடகத்தையும் சுத்த பிடகத்தையும் தொகுத்தனர். இதனை பிக்குகளின் முதற் பேரவை என்பர்.

கருத்து வளர்ச்சிகள், மாறுபாடுகள், பிரிவுகள் என்கிற இயற்கைக்குப் புத்தநெறியும் விதிவிலக்கல்ல. புத்தர் மறைந்து நூற்றாண்டுகளுக்குப் பின்னர் வைசாலியில் கூடிய இரண்டாம் பேரவையில் பவுத்த நெறியினர் தேரவாதிகள் எனவும் மஹா சங்கிகர்கள் எனவும் இரு போக்கினராகப் பிரிந்தனர். இரண்டாம் பிரிவினர் பிக்குகளுக்கு விதிக்கப்பட்ட கட்டுப்பாடுகளில் சில தளர்வுகளைக் கோரினர். புதிய கருத்துகள் பலவற்றை உள்வாங்கிப் பல மாற்றங்களைச் செய்தனர். இதிலிருந்து பல பிரிவுகள் உருவாயின. புத்தர் மறைந்த இருநூறு ஆண்டுகளுக்குள் பவுத்தத்தில் சுமார் பதினெட்டு பிரிவுகள் உருவாகியிருந்தன.

புத்தரை ஒரு வரலாற்று மனிதராகப் பார்த்தது தேரவாத (ஹீனயானம்) நெறி. மகாசங்கிகத்திலிருந்து பின் உருவான மகாயன நெறி புத்தரை தெய்வ நிலைக்கு உயர்த்தியது. குற்றம் குறைகளுக்கு அப்பாற்பட்ட 'லோகோச்சார புத்தர்' என்கிற கருத்தாக்கம் உருவாக்கப்பட்டது. புத்தர் நுணுக்கமான தத்துவ விசாரங்களில் ஆர்வமற்றவர் என நாம் அறிவோம். மகாயனம் தத்துவ விவாதங்களுக்கு முதன்மை அளித்தது. நாகார்ஜுனர் (கி.பி.2ஆம்நூ), தின்னாகர் (5ஆம்நூ.) தரும கீர்த்தி (6ஆம் நூ.) ஆகியோரால் வளர்க்கப் பெற்ற தருக்கமுறை இன்று உலக அறிஞர்கள் வியக்கும் முக்கிய அறிவுக் கருவூலமாக விளங்குகிறது. அதே நேரத்தில் புத்தரின் சாம்பல், உடல் எச்சங்கள் ஆகிய வற்றின் மீது கட்டப்பட்ட சேத்தியங்கள், பாத பீடிகைகள்

ஆகியவற்றை நினைவுச் சின்னமாக ஏற்றுக்கொள்ளும் நிலை போய் புத்தருக்குப் பெரும் கோவில்கள் எழுப்பப்பட்டன. புத்தரை அமானுஷ்ய சக்திமிக்கவராய்க் காட்டக் கூடிய புனைவுகளும் தொன்மங்களும் உருவாக்கப்பட்டன.

புத்தர் மறைந்து சுமார் 218 ஆண்டுகளுக்குப் பின் ஆட்சிக்கு வந்த மாமன்னர் அசோகரின் பவுத்த ஆட்சி இந்திய வரலாற்றின் பொற்காலமாகத் திகழ்கிறது. வேள்விகளும் மூட நம்பிக்கைகளும், வீண் சடங்குகளும், பிராமண மேலாண்மையும் ஒழிக்கப்பட்டு அறத்தின் ஆட்சி நிறுவப்பட்டது. வெட்டிச் சடங்குகள் மூலம் விடுதலை சாத்தியமில்லை என்றுணர்ந்ததன் விளைவாக விவசாயம், வணிகம் முதலியவற்றை வளர்ப்பதற்கான ஆக்கப்பூர்வமான முயற்சிகள் மேற்கொள்ளப்பட்டன. நீர்ப்பாசனம், சாலை வளர்ச்சி, நாணயப் புழக்கம் ஆகியவற்றிற்கு முக்கியத்துவம் அளிக்கப் பட்டது. சமத்துவச் சிந்தனைகள் ஓங்கின. பாடலிபுத்திரத்தில் பிக்குகளின் மூன்றாம் பேரவையை அசோகர் கூட்டினார். இவ்வவையில் அபிதம்மம் தொகுக்கப்பட்டது.

அசோகர் தமிழகம், இலங்கை உட்பட பல நாடுகளில் பவுத்தத்தைப் பரப்புவதற்கு முயற்சிகளை மேற்கொண்டார். அவரது காலத்தில் தேரவாதம் தமிழகத்திற்கு அறிமுகமான தெனினும் பவுத்தத்தில் வளர்ச்சியுற்ற பல்வேறு நெறிகளும் இங்கும் வேர் கொண்டன. தேரவாத நெறியிலிருந்து மகாயன நெறி உருப்பெற்றுக்கொண்டிருந்த நிலையை தமிழ்ப் பவுத்தத்தின் தலைசிறந்த ஆவணமாகிய *மணிமேகலை* வெளிப்படுத்துகிறது. ஞான சம்பந்தர் 'அறுவகைத் தேரர்' எனக் குறிப்பிடுவதிருந்து பல பவுத்தப் பிரிவுகள் இங்கு செழித்து இருந்தமை விளங்குகிறது. எனினும் பின் வந்த தமிழ்ப் பவுத்த நூல்களில் சௌந்திராந்திகர், வைபாஷிகர், யோகசாரர், மாத்யாமிகர் என்னும் நான்கு பிரிவுகளே முக்கியமாகப் பேசப்படுகின்றன. இவற்றில் முதலிரண்டும் தேரவாதப் பிரிவுகள். பிற இரண்டும் மகாயனப் பிரிவுகள்.

கனிஷ்க மன்னரின் காலத்தில் (கி.பி.1, 2ஆம் நூ.) பிக்குகளில் நான்காம் பேரவை கூட்டப்பட்டது. புத்த தத்துவப் பிரிவுகளில் ஒன்றான சர்வாந்திவாதிகளின் சிந்தனைகள் தொகுக்கப்பட்டன.

பவுத்த நெறிக்குள் இப்படி முற்றிலும் மாறுபட்ட போக்குகள், குறிப்பாக இரு எதிர்நெறிகள் உருப்பெற்றபோதிலும் பிற

மதங்களில் உருவானதுபோல கடும் பகை, ஒன்றையொன்று அழித்துக்கொள்ளுதல் என்கிற நிலை இங்கு ஏற்படவில்லை என்பது குறிப்பிடத்தக்கது. பவுத்தத்தின் அடிப்படை அன்புநெறி, மற்றவற்றின் உரிமைகளை மதித்தல் என்கிற பண்புகளே இந்த நிலைக்குக் காரணம் என்பதை நாம் மறந்துவிடலாகாது.

இரு பெரும் பிரிவுகளும் பவுத்தத்தின் அடிப்படைக் கோட்பாடுகளாகிய நிரந்தரமின்மை (அநிச்ச), துக்கம், அனாத்மம் ஆகியவற்றை மறுப்பதில்லை. எல்லாம் மாறிக்கொண்டுள்ளன, எதுவும் நிரந்தரம் இல்லை என்பதை அறியாததாலும், அளவற்ற ஆசைகளுக்கு அடிப்படையான 'தான்' எனும் உணர்வுமே துக்கத்திற்கும் காரணம். எண்வழி அறப் பாதையை மேற்கொள்வதன் மூலமே துக்க நிவர்த்தி பெறமுடியும். துக்க நிவர்த்திக்கான இந்த அறவழியை மக்கள் மத்தியில் கொண்டுசெல்வதே பவுத்த நெறியை ஏற்றுக்கொண்டவர்களின் கடமை என்பவற்றை இரு சாரரும் வற்புறுத்தினர்.

நவீன ஸென் பவுத்த அறிஞர்கள் தேரவாதம் புத்தரின் மனிதாயப் பண்புகளை விதந்தது எனவும் மகாயனம் மானுடத்தின் புத்தப் பண்புகளுக்கு அழுத்தம் தருகிறது எனவும் கூறுதல் சிந்திக்கத்தக்கது. அச்சும் ஆரங்களும்போல் இரண்டும் இணைந்ததே பவுத்தத் தருமச் சக்கரம் எனவும் அவர்கள் கூறுகின்றனர். அறவாழ்வு, உயர்நோக்கம், அர்ப்பணிப்பு, தியானம் ஆகியவற்றின் மூலம் ஒளிபெற்று ஆருகத (அர்ஹத்) நிலையை அடைவதைத் தேரவாதம் வற்புறுத்துகிறது. மண்ணிலிருந்து விலகாமல், அதன்மூலம் மற்றவற்றிலிருந்து ஒதுங்குதல், தனித்திருத்தல் என்கிற நிலையை அழித்து நிர்வாணம் அடைதலே ஆருகதநிலை. சுயம், மற்றமை என்கிற வேறுபாடுகள் இங்கே அழிகின்றன.

19

புத்தம் சரணம்

ஆருகத நிலையை அடைதல் என்பதற்குப் பதிலாக கருணையின் வெளிப்பாடான போதி சத்துவம் என்கிற கருத்தாக்கத்தை மகாயனம் முன்வைத்தது. போதி சத்துவர்கள் தமது சுய விடுதலை என்பது மட்டுமின்றி எல்லா உயிர்களின் விடுதலைக்கான பொறுப்பையும் ஏற்றுக்கொள்கின்றனர். நிர்வாண நிலையை அடைந்த பின்னும்கூட இவ்வுலகில் இருந்து விடுபடுவதை போதி சத்துவர் 'ஒத்திப் போடுகிறார்.' ஒளி பெறாத உயிர்களுக்கு உதவும் பொருட்டு அவர் இந்நிலையை மேற்கொள்கிறார்.

அளவற்ற அறியாமை இங்கே கோலோச்சுகிறது. அதனை முடிவுக்குக்கொண்டு வருவேன். இருளில் வீழ்ந்திருப்போரின் எண்ணிக்கை ஏராளம். அவர்கள் ஒளிபெற நான் உதவுவேன். தம்மத்தின் வாசல்கள் எண்ணற்றவை. நான் எல்லாவற்றிலும் நுழைவேன். புத்தவழியே உன்னதமானது. அவ்வழியில் நான் முழுமை பெறுவேன்.'
என்பனவே மகாயன பிக்குகள் நாள்தோறும் மேற்கொள்ளும் உறுதிமொழிகள்.

இன்றைய சிறீலங்காவிலும் இதர தென்கிழக்கு ஆசிய நாடு களிலும் நிலவுகிற (தெற்கத்திய) பவுத்தம் தேரவாத மரபைச் சார்ந்தது. இதன் இலக்கியங்கள் அனைத்தும் பாலி மொழியில் உள்ளன. சீனம், கொரியா, ஜப்பான், வியட்நாம் முதலான கிழக்காசிய நாடுகளில் நிலவும் (கீழைப்) பவுத்தத்தின் பொதுவான கூறுகள் மகாயன பவுத்தத்தை ஒத்துள்ளன. திபெத் மற்றும் மங்கோலியாவில் நிலவும் (வடக்கத்திய) பவுத்தம் ஒரு அகன்ற நோக்கில் மகாயன மரபு எனக் கூறத்தக்கதாயினும் அதில் காணப் படும் சில சிறப்புக்கூறுகளை ஒட்டி வஜ்ராயன பவுத்தம் அல்லது

தாந்த்ரீக பவுத்தம் என்றழைக்கப்படுகிறது. இறுக்கமான கோட்பாட்டு மரபுகளைத் தாண்டி ஆறு, ஏழாம் நூற்றாண்டுகளில் சீனத்தில் உருவான சஅன் பவுத்தமும், ஜப்பானில் உருவான ஸென் பவுத்தமும் தனித்தன்மை வாய்ந்தன.

தத்துவங்களையும் கோட்பாடுகளையும் தாண்டிய மரபு;
மூதுரைகளையும் எழுதப்பட்ட நூல்களையும் சார்ந்திராது;
மனித இதயத்தை நேரடியாகச் சென்றடைவது;
தனது உள்ளியல்பை ஊடுருவி நோக்கி புத்தத் தன்மையை எட்டுவது' என்று ஸென் மற்றும் சான் பவுத்தங்கள் பற்றிக் கூறுவதுண்டு.

பாலி மொழியில் உள்ள தேரவாத நூல்கள் மட்டும் பல லட்சம் பக்கங்கள் நிறைந்தவை. இவற்றின் உரைகளைத் தவிர்த்து மூல நூல்களை மட்டும் சயாம் மொழியில் 45 தொகுதிகளாய்த் தொகுத்துள்ளனர். சீன மொழியிலுள்ள பவுத்த சிந்தனைகள் ஒவ்வொன்றும் ஆயிரம் பக்கங்கள் அடங்கிய நூறு தொகுதிகளாகவும் திபெத்திய மொழியில் 325 தொகுதிகளாகவும் தொகுக்கப்பட்டுள்ளன. இவற்றில் ஒரு மிகச் சிறிய பகுதியே ஆங்கிலத்தில் பெயர்க்கப்பட்டுள்ளது. மகாயன பவுத்தம் உருவாகிப் பெரும் தத்துவ விவாதங்கள் நடைபெற்ற கி.பி. நான்கு முதல் ஏழாம் நூற்றாண்டுக்கு இடைப்பட்ட காலத்தில் அளவை நூற்கள் பல சம்ஸ்கிருதத்திலும் எழுதப்பட்டன. தமிழகத்தைச் சேர்ந்த பார்ப்பனப் பவுத்த அறிஞர்கள் பலர் இதில் முக்கிய பங்களிப்புகளைச் செய்துள்ளனர்.

மணிமேகலை, வீரசோழியம் முதலியனதமிழின் முக்கிய பவுத்த இலக்கியங்கள். மணிமேகலையின் 'சமயக் கணக்கர் தம் திறம் கேட்ட காதை' பவுத்தக் கருத்துகளின் அரிய கருவூலமாகத் திகழ்கிறது. மணிமேகலையில் பவுத்த அறம் உரைக்கும் அறவண அடிகள் தின்னாகரின் இலக்கிய வார்ப்புத்தான் எனச்சொல்வதுண்டு. 'ஊசித்துளையில் கடல்நீர் புகாதாயினும் அத்துணை வழியேயும் பாயும் சிறிய நீர் போல மக்கள் நெஞ்சில் அறம் சிறிதுசிறிதாக வேனும் புகும் என்று நம்பி நான் அறம் உரைத்து வருகிறேன்' என்று கூறி வாழ்ந்தவராக அறவண அடிகளைச் சாத்தனார் படைத்துள்ளார். பசிப்பிணி நீக்குதல், பல்லுயிரோம்புதல் என்கிற உன்னத பவுத்த நெறிகளை உயர்த்திப் பிடிக்கும் பெருங் காவியமாக மணிமேகலை நமக்குக் கிடைக்கிறது. தமிழ்ப் பவுத்தத்தின்

ஆதி வேர்களை அறிய நாம் சில சங்கப் பாடல்களிலிருந்தும் மணிமேகலையிலிருந்தும் தான் தொடங்க வேண்டி உள்ளது. பவுத்த அளவை (தருக்க) முறை தனிச்சிறப்புடையது. ஷெர்பாட்ஸ்கி முதலிய அறிஞர்கள் இது குறித்து மிக விரிவான ஆய்வுகளைச் செய்துள்ளனர். பவுத்த தியானம், பவுத்த ஆன்மிகம் குறித்தும் பல வெளி நாட்டறிஞர்கள் பல முக்கிய நூல்களை எழுதியுள்ளனர். பவுத்தம் குறித்த சிறந்த அறிமுகமாகவும், ஆழமான ஆய்வாகவும் என்றென்றும் திகழ்வது அண்ணல் அம்பேத்கரின் *புத்தரும் அவரின் தம்மமும்.*

இந்திய மண்ணில் தோன்றிய பவுத்தம் இங்கிருந்து விரட்டப் பட்ட சோக வரலாறு விரிந்த ஆய்வுக்குரிய ஒன்று. பவுத்தம் அழிந்தது குறித்து அம்பேத்கர், டி.டி.கோசாம்பி, ஜமன்தாஸ் எனப் பலரும் கருத்துகளை முன் வைத்துள்ளனர். அசோகரது ஆட்சியில் பார்ப்பன மேலாண்மை வீழ்த்தப்பட்டதால் கொதிப்புற்ற புஷ்ய மித்திர சுங்கன் (கி.மு.184) என்கிற சாம வேதப் பார்ப்பனன் அரசனைக் கொன்று ஆட்சியைக் கைப்பற்றி பவுத்தத்தை அழித்தது குறித்து அம்பேத்கர் விரிவாக ஆய்வு செய்துள்ளார் (பார்க்க: பார்ப்பனியத்தின் வெற்றி). தலைக்கு நூறு காசு என விலை கூவிப் பவுத்த பிக்குகள் அழித்தொழிக்கப்பட்டனர். காஷ்மீர் மன்னன் நரன் (கி.மு.1ஆம் நூ) என்பவனும் இவ்வாறே புத்த பிக்கு களைக் கொன்றான். கி.பி.5ஆம் நூற்றாண்டில் படையெடுத்து வந்த ஹூணர்கள், பத்தாம் நூற்றாண்டில் வந்த அராபியர்கள் ஆகியோரின் தாக்குதல்களும் பவுத்தத்திற்கு எதிராக அமைந்தன.

கி.பி.5ஆம் நூற்றாண்டுக்குப் பிந்தைய பவுத்த வீழ்ச்சியை அக்கால கட்டத்தில் இந்தியாவில் பயணம் செய்த யுவான் சுவாங் (கி.பி.630), அய்சிங் (கி.பி.650) ஆகியோரின் எழுத்துக்களிலிருந்து அறிகிறோம். வங்க மன்னன் சசாங்கன் புத்தச் சின்னங்களை அழித்ததை யுவான் சுவாங் குறிப்பிடுகிறார். கயாவிலிருந்த போதி மரத்தை அவன் தீக்கிரையாக்கினான். அசோகன் வழிவந்த பூர்ண வர்மன் அம்மரத்தின் சிதையாத பகுதியிலிருந்து அதை மீண்டும் தழைக்கச் செய்தான். சசாங்கனை வென்று சிதைக்கப்பட்ட புத்த பீடிகைகளைப் புதுப்பித்தார் ஹர்ஷர். எனினும் அவர் சூரிய-மகேசுவர வழிபாடுகளைப் புத்த மதத்திற்குள் இணைத்தார்.

பழங்குடிச் சமூகங்களை ஒன்றிணைத்துப் பெரும்பான்மையான மக்களின் மதமாகத் திகழ்ந்த பவுத்தத்தைப் பார்ப்பனியம்

ஆரம்ப முதலே தனது முதன்மையான எதிரியாகக் கருதி எதிர்த்து வந்தது. பவுத்தம் முன் வைத்த கடவுள் மறுப்பு, சாதி மறுப்பு ஆகிய கோட்பாடுகளைப் பார்ப்பனியம் ஏற்காதது வியப்பில்லை. பின்னாளில் பார்ப்பன ஆதரவுடன் உருவான பேரரசுகள் பவுத்தத் திற்கு ஆதரவளிக்கவில்லை. ஆதிசங்கரன் பவுத்தத் தத்துவங் களை எல்லாம் உள்வாங்கித் தனது அத்வைதத்தை முன் வைத்தான். புத்தரையே இந்து மதத்திற்குள் ஈர்க்கும் முயற்சியையும் பார்ப் பனியம் தந்திரமாகச் செய்தது. இறைவனின் இருப்பையே ஏற்காத புத்தரை விஷ்ணுவின் அவதாரமாக முன்வைக்கவும் அவர்கள் தயங்கவில்லை.

அதே நேரத்தில் புத்த விகாரைகளும் ஊதிப் பெருகத் தொடங்கின. தத்துவ விசாரங்கள், மயிர் பிளக்கும் விவாதங்கள், அரிய அளவை நூல்கள் எழுதுதல் ஆகியவற்றோடு பவுத்த மடங்கள் சுக போகங்கள், ஆடம்பரங்கள் ஆகியவற்றின் இருப்பிடமாகவும் மாறின. நாளெல்லாம் மக்களைச் சந்தித்து, அறநெறி பரப்பி, பிட்சை ஏற்று உண்டு வாழ்தல் என்கிற நிலை போய் புத்தத் துறவிகள் மடங் களிலேயே தங்கிச் சுக வாழ்வில் திளைக்கத் தொடங்கினர். அரசாதரவையும் இழந்த இம்மடங்கள் பவுத்த நெறியை ஏற்றவர்கள் மீதான பெருஞ்சுமையாக மாறின.

எல்லாவற்றிற்கும் மேலாகப் பார்ப்பன மேலாண்மையில் உருவான இறுக்கமான சாதியச் சமூகத்தில் பொருந்திப் போக இயலாமல் பவுத்தம் இற்று வீழ்ந்தது. பவுத்தம் பார்ப்பனியத்தை எதிர்த்து வெல்ல இயலாமல் போன காரணிகளையும் சிறீலங்காவின் தேரவாதம் இனவெறிக்குத் துணை நிற்க நேர்ந்துள்ளதையும் நாம் திறந்த மனத்துடன் விரிவாக ஆராய்வது அவசியம்.

புத்தர் தொடர்ந்து வற்புறுத்தி வந்ததுபோல புத்தம் என்பது ஒரு இறுக்கமான கோட்பாட்டுத் தொகுதியன்று. புத்தநெறி என்பது வரலாற்றில் வாழ்ந்த மாதவர் நடந்து சென்ற பாதையன்றி வேறில்லை. விருப்புள்ள எந்த மனிதனும் அப்பாதையில் நடந்து செல்ல முடியும். எல்லோருக்கும் இப்பாதை திறந்து கிடக்கிறது. புத்தர் ஒரு 'நிகிதசத்தர்', 'நிகித தண்டர்': ஆயுதங்களைத் துறந்தவர். தண்டத்தைச் சுமக்காதவர். அவர் கையில் தண்டம் கிடையாது. பிட்சைப் பாத்திரம் மட்டுமே உண்டு. அன்பால், கருணையால், அறத்தால் உலகை வென்றவர் அவர். பிறவி அடிப்படையில் ஏற்றத் தாழ்வாகக் கட்டப்பட்டுக் கொண்டிருந்த சமூகமொன்றில்

பிரம்மாண்டமான புத்த சிலையை வணங்கும் ஒரு துறவி. சிறீலங்கா 9ஆம் நூ.

தாழ்ந்து கிடந்தவர்கள் எழுந்து நிற்க நெறியொன்றைக் காட்டியவர். கொள்ளையராக இருந்து அரகத நிலையை அடைந்த அங்கலிமாலர் சொன்னார்:

சிலர் தண்டங்களால் நெறிப்படுத்தப்படுகின்றனர்.
சிலர் தடிகளால், சிலர் சாட்டைகளால்,
தண்டமும் இன்றி ஆயுதமும் இன்றி
உறுதியாளர் ஒருவரால் நெறிப்படுத்தப்பட்டேன் நான்

(தேரகாதை)

அந்த உறுதியாளர் காட்டிய நெறி அன்பு நெறி, அறநெறி. உனது சுயத்தை உறுதி செய்யும் நெறி. மற்றவர் சுயத்தை ஏற்கும் நெறி. அதுவே உண்மையான சமத்துவ நெறி.

புத்தம் சரணங் கச்சாமி
சங்கம் சரணங் கச்சாமி
தர்மம் சரணங் கச்சாமி

பின்னுரை

புத்தர் இறைமகனோ இறைத்தூதரோ அல்லர். அருளப்பட்ட இறைச் செய்திகள் எதையும் நமக்குச் சொன்னவரும் அல்லர். அவர் ததாகதர். இவ்வழியே வந்தவர். இப்படியே சென்றவர். அந்தப் பாதை நம்முன் விரிந்துகிடக்கிறது. அவரவர்கள் முயற்சியில் அவரவர்கள் இப்பாதையைக் கடக்கலாம். அவரவர் விடுதலையை, முழுமையை அவரவரே உருவாக்க முடியும். மரண தறுவாயிலும் அவர் அதைத் தான் சொல்லிவிட்டுப் போனார். உனக்கு நீயே விளக்கு. உன் மீட்புக்கு நீயே முயல வேண்டும்.

அந்த முயற்சி சாத்தியம் என்ற நம்பிக்கையையும் அவர் தந்து விட்டுப் போனார். வாழ்வு துக்கமயமானது என்று சொன்னதோடு அவர் நிற்கவில்லை. அத்தோடு நிறுத்தியிருந்தால் பவுத்தம் ஒரு அவநம்பிக்கை வாதமாய்ப் போயிருக்கும். துக்கம் நீக்கப்பட முடியும். நீக்குவதற்கான வழி உண்டு. அதுவே எண்வழிப்பாதை.

எண்வழிப் பாதை என்பது அனைத்தையும் துறந்தவர்களுக்கோ, கடுந்தவசிகளுக்கோ, ப்ரும்மத்தை அறிந்தவர்களுக்கோ, அனைத்தையும் இழந்து ஆண்டவனிடம் பக்தி செய்பவர்களுக்கோ மட்டுமே உரித்தானதன்று. அனைவருக்கும் உரித்தான நடுநிலைப் பாதை அது. அதன் அடிநாதமாக இருப்பது அறவாழ்வு. அறம் சார்ந்த வாழ்முறை.

மீட்பு அல்லது இறுதி விடுதலை என்பதற்கு அவர் அளித்த பெயர் விழிப்படைவது; புத்த நிலையை எட்டுவது. அது ஒரு மனம்சார்ந்த முயற்சி. அறிவு சார்ந்த முயற்சி. புத்தநிலை என்பது அறிவொளி பெறுவது. இந்த அறிவு என்பது வேதங்களையோ, தத்துவங் களையோ, விஞ்ஞானங்களையோ கற்றுத் தேர்வதால் கிடைப்பது அல்ல. அல்லது உடலை வருத்தி உன் ஆற்றலை வெளிக்கொணர்வதும் அல்ல. புத்தர் சொன்ன 'சமாதி' என்னும் தியான முறை பார்ப்பனியம் முன்வைக்கும் யோக முறையிலிருந்து

வேறுபட்டது. குண்டலினி யையோ வேறெந்த ஆற்றலையோ எழுப்புகிற விவகாரமன்று அது.

பவுத்தம் குறித்த எந்த ஒரு அறிமுக நூலும் எண் வழிப் பாதையைச் சிறப்புற விளக்கும். எண் வழிப் பாதையின் முதலிரண்டு வழிகளும் அறிவு சார்ந்தவை, பிரக்ஞை சார்ந்தவை. வாழ்வு குறித்த சரியான பார்வையையும் அதை நடைமுறைப்படுத்துகிற உறுதியையும் குறிப்பவை. சரியான பேச்சு, சரியான செயல், சரியான வாழ்முறை என்னும் அடுத்த மூன்று வழிகளும் அறம் (சீலம்) சார்ந்தவை. அறவாழ்வை வற்புறுத்துபவை.

அங்குத்தர நிகாயத்தில் காணப்படும் காலாமர்களுடனான உரையாடல் இங்கே குறிப்பிடத்தக்கது. கங்கைச் சமவெளியின் வட எல்லையில் வாழ்ந்த பழங்குடியினர் காலாமர்கள். அரசுகள் உருவாகி பழங்குடிகளை உட்செரித்துக்கொண்டிருந்த நேரம். கோசல அரசின் அதிகாரத்திற்குள் அவர்கள் கொண்டுவரப்பட்டுக் கொண்டிருந்தச் சூழல். ஒரு சிறிய மூடுண்ட பழங்குடிச் சமூகம் என்பதிலிருந்து புதிய விரிவாக்க மதிப்பீடுகளுடன் கூடிய ஒரு பெருஞ் சமூகத்தின் அங்கமாக அவர்கள் ஆகிக்கொண்டிருந்த தருணம். பலரும் வந்து அவர்களுக்குப் பல்வேறு வழிமுறை களையும் போதித்துக்கொண்டிருந்த நிலையில் எது சரி என்ற கேள்வியுடன் அவர்கள் ததாகதரிடம் வருகின்றனர்.

யார்மீதான மரியாதையின் காரணமாகவோ, வழி வழி வந்த மரபு என்றோ, ஏதேனும் ஒரு நம்பிக்கையின் அடிப்படையிலோ, எதையும் ஏற்றுக்கொள்ளாதீர்கள் என்றார் புத்தர். எது திறன் சார்ந்தது (குசல கம்மம்), எது திறனற்றது; எது குற்றமற்றது, எது குற்றம் சார்ந்தது; எது துக்கத்திற்கும் நோய்க்கும் காரண மானது என அறிவோரால் கூறப்படுவது, எது நல்வாழ்விற்கும் மகிழ்ச்சிக்கும் உரியது என அறிவோரால் பாராட்டப்படுவது என நீங்களே அறிந்துகொள்ளும்போது ஒரு சரியான நடை முறையை அறிய முடியும் என்று காலாமர்களிடம் அறம் உரைத்தார் புத்தர்.

கொல்லாமை, பிறன்மனை விழையாமை, மற்றவர்களைத் துன்புறுத்தாமை முதலான சீலங்களைப் பின் அவர்களுக்கு எடுத்துரைத்தார். இவை புதிய அறங்களல்ல. அவர்கள் அறியாத வையுமல்ல. எந்தச் சமூகமும் இத்தகைய மதிப்பீடுகளை

கொண்டவைதான். ஆனால் புத்தர் இதைச் சொன்ன சூழல் கவனிக்கப்பட வேண்டியது.

போட்டி, ஆசை, பொருள் பெருக்கம் என்பதான மதிப்பீடுகள் ஒருபுறம்; பக்தி, தவம், இறை வணக்கம், வேதப் பயிற்சி இவை மூலமே முக்தி என்கிற வழிமுறைகள் இன்னொருபுறம். இவற்றுக்கு இடையில் மற்ற மனிதர்கள் மத்தியில் அற உணர்வுடன் வாழ்வதையே சரியான வழிமுறையாக அவர் முன்வைத்தார். சிக்கலான ஒரு சமூக வாழ்வில் துக்கமற்ற இருப்பிற்கான நிபந்தனை யாக இவையே உள்ளன என்பதற்கு அவர் அழுத்தம் கொடுத்தார்.

ஆசை, வெறுப்பு, மருள் என்னும் மனநிலைகள் உனக்குத் துன்பத்தை விளைவிப்பது மட்டுமன்று. அதுவே திருட்டுக்கும், கொலைக்கும், இதர தீமைகளுக்கும் காரணம் என்பதை அவர் காலாமர்களுக்குச் சொன்னார். உனக்குத் தீமை விளைவிக்கும் போதே நீ மற்றவர்களுக்கும் தீமை விளைவிக்கிறாய். அல்லது நீ மற்றவர்களுக்கு தீமை விளைவிக்காதபோது உனக்கும் தீமை விளைவித்துக்கொள்ளாதவனாய் ஆகிறாய். எனவே திறன்சார்ந்த வாழ்வு என்பது உனக்கு லாபகரமானது மட்டுமன்று. அது மற்றவர் களுக்கும் பயன்மிக்கதாக இருக்க வேண்டும். புத்தர் போற்றிய மனிதம் என்பது தனி மனிதமன்று; அது சமூக மனிதம். சமூகத் திற்குள் அறத்துடன் வாழும் மனிதம்.

எண் வழிப் பாதையின் மூன்றாம் தொகுதி (சரியான முனைவு, சரியான உணர்வுநிலை, சரியான மனக்குவிப்பு/தியானம்) என்பது சமாதி நிலை சார்ந்தவை. புத்தம் சொல்லும் 'சமாதி' என்பது அமைதி நிலையை எட்டும் ஓர் மனப் பயிற்சி மட்டுமே. முன்பே சொன்னது போல அது குண்டலினியை எழுப்பும் விவகார மல்ல. பரவச நிலையை எட்டும் முயற்சியுமன்று. ப்ரும்மத்தை அறிகிற நடைமுறையுமல்ல. இறைவனை நோக்கிக் குறிப்பாக எதையும் வேண்டுவதல்ல; உனக்கு வெளியே எதையோ தேடுவதுமல்ல. புத்த 'சமாதி' என்பது உள்நோக்கிய தியானம். உன்னை அறிந்து கொள்ளும் முயற்சி. உன்னைச் சுற்றியுள்ள நிகழ்வுகளைப் புதிய வெளிச்சத்தில் பார்ப்பது. அதென்ன புதிய வெளிச்சம்? தன் முனைப்பு, தன் நலன் என்கிற நோக்கிலிருந்தே நாம் அனைத்தையும் பார்க்கப் பழகியிருக்கிறோம். இந்தத் தன் முனைப்பை அழித்து அனைத்தையும் பார்ப்பது அது. ஆசை, வெறுப்பு, மருள் 'அய்யம்' இன்றி அனைத்தையும் அணுகுகிற ஒரு மனப்பயிற்சி புத்த தியானம்.

இத்தகைய நிலையைப் பெறும்போதுதான் நாம் நம்மை அழித்தவர்களாகிறோம். நம்மை வென்றவர்களாகிறோம். சுருங்கச் சொன்னால் ஆசையும், வெறுப்புமற்று நம்பிக்கையுடன் உலகை அணுகுவது; மற்றவர்களுடன் வாழ்வது என்பதற்கான மனப் பயிற்சியே புத்தத்தின் 'விபாசனா' தியானம் — உள்நோக்கிய மனக் குவிப்பு. உள்நோக்குதல் என்பது உலகிலிருந்து துண்டித்துக் கொள்வதல்ல. உலகியல் நிகழ்வுகளைப் பற்றற்றுச் சிந்திப்பது. சொல்லப்போனால் புத்தத் தியானத்திற்கானக் கருப்பொருளே சமூக இருப்புதான். கருணையால், அன்பால் உலகை வியாபிக்கும் முயற்சி. மற்றவற்றுடன் நம்மை அடையாளம் காணுவது. சரியான எல்லாவற்றுடனும் ஒத்திசைவது. அதுவே அமைதிநிலை. சமாதி நிலை. காலாமர்களிடம் புத்த பகவன் இதையும் சொல்லத் தயங்கவில்லை.

பவுத்தத்தின் திறன்சார்ந்த வாழ்வில் வணக்கங்கள், சடங்குகள், தவம் அல்லது பக்தியின் மூலம் அதீத ஆற்றல்கள் பெறுதல், வருவதுரைத்தல் ஆகியவற்றிற்கும் இடமில்லை. புத்தர் இவற்றைப் பல சந்தர்ப்பங்களில் வற்புறுத்தியுள்ளார். மரணத் தறுவாயிலும் கூறினார்.

பவுத்தம் என்பது இந்தியச் சூழலில் ஒரு மாற்று அரசியல் செயல்பாடு என்பதை நாம் அறிவோம். அதுவொரு மாற்று வாழ்முறையும்கூட. கருணையால் உலகு தழுவும் அன்புநெறி. மற்றவர் மீதான வெறுப்பற்று வாழ்வதன் மூலம் துன்பங்களை, துயரங்களை வெல்லும் வழிமுறையாகவும் அது இருக்க வேண்டும்.

கலைச்சொற்கள்

அகல்ப்பாய மாம்சம்: புத்தநெறிப்படி சாப்பிடக்கூடாத மாமிசம்.

அகுசல (கம்மம்): தீய, முழுமையற்ற, திறனற்ற (செயல்கள்), கொலை, மற்றவர் உரிமைகளை அபகரித்தல், பிறன்மனை விழைதல்; பொய், புறம், வன்சொற்கள் மற்றும் பயனிலை பேசுதல்; மற்றவர் பொருளில் ஆசை, அவரழிய விருப்பம் கொள்ளுதல், அறச் செயல்கள்மீது அவநம்பிக்கை ஆகிய பத்தும் அகுசல கம்பங்கள்.

அங்குலிமாலன்: 'சுண்டு விரல் மாலையன்' — பவுத்தராக மாறுவதற்கு முன்பு வழிப்பறிக் கொள்ளையர், கொள்ளையடிக்கப்பட்டவர் களின் சுண்டு விரலைத் தரித்து மாலையாய் அணிந்து கொண்டவர் — புத்தரால் ஆட்கொள்ளப்பட்டு பவுத்தநெறி தழுவியவர்.

அசோகர்: கி.மு.268-232 காலத்தில் ஆண்ட இந்தியப் பேரரசர் — தம்மைத் தரும சக்கரத்தை உருட்டும் 'சக்கரவர்த்தி' என முன்னிறுத்திக்கொண்ட இப்பேரரசர் இந்தியா முழுமையிலும் இலங்கை போன்ற நாடுகளிலும் பவுத்தம் பரவக் காரணமாக இருந்தவர் — வேள்வி, மிருகக் கொலை முதலியவற்றைத் தம் ஆட்சியில் ஒழித்தவர்.

அட்ட கதை: திரிபிடக வாக்கியங்களுக்குத் தேவையான இடங்களில் கதையுடன் பொருள் கூறும்முறை இலங்கையிலிருந்தது. புத்தகோஷர் முக்கிய அட்ட கதைகளைப் பாலி மொழியில் தொகுத்தார்.

அத்த (ஆத்மன்): 'சுயம்' — நிரந்தரமான மாற்றமற்ற ஆத்மா என்பது பிராமணியக் கோட்பாடு.

அநிச்ச: நிச்சயமின்மை/நிரந்தரமின்மை குறித்த புத்தக் கருத்தாக்கம்— நிச்சயமின்மை குறித்த இவ்விதி அனைத்துப் பவுத்த நெறி களிலும் ஏற்றுக்கொள்ளப்பட்ட ஒன்று.

அபிதம்மம்: 'உயர் தம்மம்' —உயர் போதனை —அபிதம்ம பிடகம்: திரிபிடகங்களில் ஒன்று-தத்துவ மற்றும் உளவியல் அம்சங்களை உள்ளடக்கமாகக் கொண்டது.

அம்பபாலி (ஆம்ரபாலி): ஒரு அரசவை நடன மாது — புத்தர் காலத்தில் இத்தகையோரின் சமூக நிலை குறித்து முழுமையாகத் தெரிய வில்லை-அறிவிலும் நுண்கலைத் திறனிலும் தேர்ச்சி யுற்றிருந்த இவர்கள் தேவதாசிகளல்ல —புத்தரால் ஆட்கொள்ளப் பட்டவர் —மரணத்திற்கு முன் வைசாலி நகருக்குப் புத்தர் சென்ற போது இவர் அளித்த உணவை உவந்து ஏற்றுக் கொண்டார் —புத்த பிக்குனி.

அம்பேத்கர்: டாக்டர் பாபா சாஹேப் அம்பேத்கர் —'புத்தமும் அவர் தம்மமும்' நூலாசிரியர் —பிறக்கும்போது இந்துவாகப் பிறந்தேன். இறக்கும்போது இந்துவாக இறக்கமாட்டேன் எனச் சொல்லிப் பல்லாயிரக்கணக்கானோருடன் புத்தத்திற்கு மாறியவர்.

அர்ஹத் (அரகத/ஆருகத நிலை): விழிப்புற்ற புத்தத் துறவி — தேரவாத பவுத்தத்தின் இறுதி இலக்கு.

அல்துஸ்ஸர்: அமைப்பியல் மார்க்சியச் சிந்தனையாளர், பிரெஞ்சு நாட்டவர்.

அவித்யை: அறியாமை

அனத்த (அனாத்மன்): ஆத்மன் அல்லாதது — நிரந்தரமான மாற்றமற்ற ஆத்மா (ஆத்மன்) என்னும் பிராமணியக் கோட்பாட்டை மறுக்கும் புத்தக் கருத்தாக்கம்.

அனாத பிண்டிகன்: 'அனாதைகளுக்கு உணவளிப்பவன்'— சாவந்தி நகரைச் சேர்ந்த வள்ளன்மை மிக்க ஒரு பெரு வணிகன் — துறவி யல்லாத பொதுநிலைப் பவுத்தன்–ஜேதவன விஹாரையைச் சங்கத்துக்குப் பரிசளித்தவன்.

அனாத்ம வாதம்: ஆத்மாவை ஏற்றுக்கொள்ளாத பவுத்தக் கோட்பாடு.

அஜாத சத்ரு: மகத மன்னன் —பிம்பிசாரனின் மகன்.

ஆத்மன்: பார்க்க:அத்த.

ஆலார காலமன் (ஆரத/ஆலார): புத்தர் காலத்தியப் புகழ்பெற்ற பிராமண மெய்யறிவாளன் —சாக்கியத் தத்துவத்தில் தேர்ந்தவன் — வைசாலி நகரில் சீடர்களுடன் வாழ்ந்தவன்.

ஆனந்தர்: புத்தரின் சிற்றப்பர் சுக்கிலோதனின் மகன், தேவ தத்தனின் சகோதரர் — புத்தரின் முக்கிய சீடர்களில் ஒருவர்.

இஸ்லாம்: அல்லாஹ்வை ஏக இறைவனாக வணங்கும் மார்க்கம் — முஹம்மது நபிகளால் நிறுவப்பட்டது.

உதான (அட்டகதை): பாலி மொழி அடிப்படை நூல்களில் ஒன்று — உயிர்ப்பூட்டும் புத்தரின் கூற்றுக்கள் எனப் பொருள்.

உத்தக ராம புத்தன் (உத்தகர்): புத்தர் காலத்தியப் புகழ்பெற்ற மெய்யறிவாளன் —தியானப் பயிற்சியாளன்–ராஜகிருஹத்தில் 700 சீடர்களுடன் வாழ்ந்தவன்.

உபசம்பந்தர்: துறவியாகச் சம்மதித்து புதிதாய்ப் புத்த சங்கத்தில் ஏற்கப்பட்ட பயிற்சியாளர்.

உபஜெயர்: ஆசிரியர் — புதிதாய் சங்கத்தில் இணைந்தவரை (உபசம்பந்தர்) நெறிப்படுத்தும் பிக்கு.

உபாசகர்: பவுத்த நெறியை ஏற்றுக்கொண்ட இல்லறத்து ஆண்கள் (துறவியல்லாதவர்கள்).

உபாசிகா: பவுத்தநெறியை ஏற்றுக்கொண்ட இல்லறத்து பெண்கள் (பிக்குனி அல்லாதவர்கள்).

உபாலி: புத்தரின் புகழ்பெற்ற சீடர்களில் ஒருவர் — சாக்கியக் குடியினருக்கு முடி திருத்தும் குலத் தொழிலுடைய இவர் பவுத்தத்திற்கு மாறிய பின்னர் மிகவும் மதிக்கப்பட்ட ஒரு அறிஞர் ஆனார் —புத்தர் மறைவுக்குப் பின் வினய பிடகத்தைத் தொகுத்தவர்.

உபாய கவ்சல்ய: எதிராளியின் மொழியையும் நிலைப்பாட்டையும் கைக்கொண்டு படிப்படியாக அதனை மறுத்து செல்லுதல் — சூழலுக்குத் தகுந்த உபாயங்களை மேற்கொள்ளுதல்.

உருவேலா: பாட்னாவுக்குத் தெற்கே நைரஞ்சன நதிக்கரையில் புத்த கயாவுக்கு மிக அருகிலிருந்த ஒரு இடம்— காஸ்யபர் இருந்த இடம்.

உஷ்நிஸா: புத்தரின் சிலைகளில் காணப்படும் அலங்கரிக்கப்பட்ட சிகை — விழிப்புற்ற நிலையின் உடலியல் வெளிப்பாடு.

எண் வழிப்பாதை: விழிப்புறுவதற்கு அடிப்படையாகப் பவுத்தம் கூறும் 1) சரியான பார்வை 2) சரியான குறிக்கோள் 3) சரியான பேச்சு 4) சரியான நடத்தை 5) சரியான வாழ்முறை 6) சரியான முனைவு, 7) சரியான ஓர்மை, 8) சரியான தியானம் முதலிய எட்டு படிகள்.

கபிலவஸ்து: சாக்கியப் பழங்குடியின் தலைநகரம். காசியிலிருந்து 240கி.மீ. தொலைவில் உள்ளது. ரோகிணி ஆற்றங்கரையிலிருந்த நகரம்– 'கண்டார் வணங்கும் கபிலபுரம்' —நீலகேசி.

கம்மா(கம்மம்/கருமம்/கர்மன்): மனம், வாக்கு, காயம் ஆகிய வற்றால் மேற்கொள்ளப்படும் நல்ல/தீய செயல்கள்—இவற்றின் நன்மை/தீமைகளே அடுத்த பிறவியை நிர்ணயிக்கும் என்பது இந்திய மதங்களின் அடிப்படைக் கொள்கைகளில் ஒன்று.

கயா (புத்த கயை): புத்தர் பூரண ஞானம் பெற்ற இடம் — புத்தப் புனிதத் தலம்.

கல்ப்பாய மாம்சம்: புத்தநெறிப்படி சாப்பிடக்கூடிய மாமிசம்.

காந்தகம்: சித்தார்த்தரின் குதிரை.

காலாமர்: கங்கைச் சமவெளியின் வடஎல்லையில் வாழ்ந்த ஒரு பழங்குடியினர்.

(உருவேல)காஸ்யபர்: 'நெருப்பை விழுங்கியவர்' — புத்தரால் ஈர்க்கப்பட்டுச் சீடர்களுடன் பவுத்தத்தில் இணைந்தவர்—புத்த சீடர்களில் முதன்மை நிலை வழங்கப்பட்டவர்.

கிறிஸ்தவம்: ஏசு கிறிஸ்து நிறுவிய மதம்.

குசல (கம்மம்): நல்ல, முழுமையான, திறன்மிக்க செயல்கள்–அகுசல கம்மங்களைத் துறத்தல்.

குசிநாரா (குசிநகரம்): புத்தர் மரணமடைந்த நகரம்—ஹிரண்யவதி ஆற்றங்கரையில் உள்ளது.

கொல்லாமை: உயிர்க்கொலை புரியாமை

கோசலம்: புத்தர் காலத்தில் உருப்பெற்றிருந்த அரசுகளில் ஒன்று

கோதமர் (கவுதமர்): புத்தரின் குடும்ப/குலப் பெயர்.

கோதமி (கவுதமி): கோதம குடும்பம்/கிளையைச் சேர்ந்த பெண்களின் பெயர்.

கோலியர்: சாக்கியக் குடிக்கு அருகில் வசித்த இன்னொரு பழங்குடி— ரோகிணி ஆற்றுநீரைப் பகிர்ந்துகொள்வதில் இரு குடியினருக்குமிடையே நாட்பட்ட பகை இருந்து வந்தது.

சஅன்(பவுத்தம்): 'ஸென்' என்பதற்குரிய சீனச்சொல்—தியானம் என்கிற சம்ஸ்கிருத சொல்லின் சீன மொழியாக்கம்.

சக்கரம் (தருமச் சக்கரம்): புத்தரையும் அவரது அறவுரைகளையும் குறியீடு செய்யும் ஆயிரம் காலுள்ள தம்மச்சக்கரம்.

சங்கம்: புத்த பிக்குகள் அல்லது பிக்குணிகளின் அமைப்பு—பவுத்த துறவாலய அமைப்பு–பவுத்த வழியில் செல்லும் ஒரு சமூகம்.

சஞ்சயன்: அலைந்து திரிந்த ஒரு தவசி–சாரிபுத்தன், மொக்கல்லானன் என்கிற இரு முக்கிய புத்த சீடர்கள் பவுத்த மாற்றத்துக்கு முன்பு இவனது மத நெறியை ஏற்றிருந்தனர்.

சமணம்(ஆருகதம்): வர்த்தமான மகாவீரரால் தோற்றுவிக்கப்பட்ட சமயம் — பவுத்தத்தைக் காட்டிலும் சற்றே பழமையானது — பிக்குகள் திக்குகளையே ஆடையாகக்கொண்டு நிர்வாண மாய்த் திரிவது (திகம்பரர்) என்கிற சமணக் கருத்தைப் புத்தர் ஏற்கவில்லை.

சமாதி: தியானம் குறித்த புத்த கருத்தாக்கம்.

சம்மா சம்புத்தா (சம்யக் சம்புத்தா): முழுமையாய் விழிப்பு பெற்ற ஒருவர்—பிரத்யேக புத்தர் என்பதற்கு மாறான கருத்தாக்கம்.

சர்வாந்திவாதிகள் (சர்வாஸ்டிவாதின்): சர்வாந்திவாதத் (எல்லாம் உள்ளது எனக் கூறும் நெறி) தைப் பின்பற்றுவோர்.

சவுந்திராந்திகர்கள் (சௌந்திராந்திகர்கள்) : சுத்தங்களைப் (சூத்திரங் களைப்) பின்பற்றுவோர் — சார்வாந்தி வாதத்தை மறுப்பவர்கள்.

சன்னா: சித்தார்த்த கோதமரின் உதவியாளர், தேரோட்டி

சாக்கிய (குலம்): நேபாள எல்லையில் வாழ்ந்த ஒரு பழங்குடி—புத்தர் பிறந்த குடி.

சாக்கிய முனி: புத்தருக்குள்ள பெயர்களில் ஒன்று—சாக்கிய குலத்தில் பிறந்து முனிவர் ஆனவர் என்பதால்.

சாத்தனார்: தமிழ்ப் பவுத்தப் பெருங்காப்பியமான 'மணிமேகலை' யின் ஆசிரியர்.

சாரி புத்தர் (சாரி புத்ரர்): புத்தரின் சீடர்களில் ஒருவர் —அறிதல் நெறியில் முதன்மையானவர்.

சால(ஷால) மரம்: Vatica Robusta —ஒருவகை மரம் — லும்பினி வனத்திலுள்ள சால மரக்கிளை ஒன்றைப் பற்றியவாறு நின்ற வண்ணம் அன்னை மாயாதேவி புத்தரை ஈன்றார் என்பது பவுத்த நம்பிக்கை.

சாவத்தி(ஸ்ராவஸ்தி): அசிரவதி (ராப்தி) ஆற்றங்கரையிலிருந்த கோசலத் தலைநகரம்.

சித்தார்த்தர்: 'குறிக்கோளை எய்தியவர்' — புத்தரின் இயற்பெயர்.

சிரமணர்(சமணர்): துறவி — உடலை வருத்தித் (சிரமம் மேற்கொண்டு) துறவைக் கடைப்பிடிப்பவர் — பிராமண என்பதற்கு மாற்றாக வழங்கப்பட்ட பெயர் — வேதங்களை ஏற்காத துறவியர் — பவுத்தம், சமணம் முதலியன சிரமண மதங்கள் எனப்படும்.

சீலம்: அறம்–நன்னடத்தை.

சுஞ்ஞதா (சூன்யாதா): ஒன்றுமற்ற (சூன்ய) நிலை–பொருள்களின் இறுதி உண்மை குறித்த பவுத்த தத்துவம்–ஸென் பவுத்தத்தின் முக்கிய கருத்தாக்கம்.

சுத்தம் (சூத்திரம்): 'மணிகளை இணைக்கும் நூல்' —பவுத்தப் புனித நூல்களுக்குரிய பெயர். புத்தர் அல்லது சீடர்களின் உரை — வழிவழியாக ஏற்றுக்கொள்ளப்பட்ட போதனை — சுருக்கப்பட்ட வடிவில் உள்ள அடிப்படைக் கருத்துகள் — திரிபிடகங்களில் ஒன்றான சுத்த பிடகம்.

சுத்தோதனர்: சாக்கிய குல மூத்தவர்களில் ஒருவர் — புத்தரின் தந்தை–சாக்கிய குல மன்னர் என அவரைக் கூறுவது வழக்கமெனினும் அரசுருவாக்கத்திற்கு முந்தைய பழங்குடிச்சமூகத்தில் செல்வாக்குமிக்க நில உடைமையாளர்களில் ஒருவர் என்கிற கருத்தும் உண்டு.

சுந்தன்: பாவாபுரி நகரைச் சேர்ந்த ஒரு கொல்லர் — இவர் அளித்த ஸூகர மத்வம் என்கிற பன்றி இறைச்சியைச் சாப்பிட்டு ஏற்பட்ட வயிற்றுக் கோளாறினாலேயே புத்தர் பரிநிர்வாணமடைந்தார் என்று ஒரு வரலாறு உண்டு.

சுபத்தர்: பிராமணத் துறவி —புத்தரின் மரணப் படுக்கையில் அவரிடம் அருளுரை பெற்றவர்.

சுயதருமம்: பிராமணக் கோட்பாட்டின்படி ஒவ்வொரு வருணத்திற்கும் உரிய தருமம்.

சுஜாதை(நந்தபாலா): நைரஞ்சன நதிக்கரையில் கோதமர் விழிப்பை நோக்கிக் கடுந்தவம் இயற்றிய போது 29ஆம் நாளன்று அவருக்குத் தங்கக் கிண்ணத்தில் பாலமுது அளித்த இடைக் குலப் பெண்.

சைத்யம்: விடுதி — கோவில்.

ததாகதர்: 'இவ்வாறு வந்து இவ்வழியே சென்றவர்' எனப் பொருள்படும் சொல். புத்தரை விளிக்கப் பயன்பட்ட சொல்—

புத்தர் தன்னை இச்சொல்லால் மட்டுமே அழைத்துக்கொண்டார்.

தந்திராயனம்: பார்க்க: வஜ்ராயனம்.

தபுஸ்ஸன்: ஒரு வணிகன். முதல் புத்தப் பிரச்சாரகர்களில் ஒருவன்.

தம்ம பதம்: திரிபிடகங்களில் ஒன்றான குட்டக நிகாயத்தின் பதினைந்து பிரிவுகளில் ஒன்று — தம்மம் குறித்த பாக்கள் என்று பொருள் —இலக்கியத் தரமிக்க சுருக்கமான புத்த தத்துவ உரைகள்.

தம்மா (தம்மம்/தர்மம்): இயற்கைக்கு அடித்தளமாக உள்ள விதிகள்–புத்தரின் போதனைகள்–மனிதர் ஒழுகுவதற்குரிய பாதை.

தருமச் சக்கப் பாவத்தனம்: 'தருமச் சக்கரத்தை உருட்டுதல்' — பனாரஸிலுள்ள மான் பூங்காவில் புத்தர் தம் சீடர்களுக்கு அருளிய முதற்பேருரை.

தாதுகோபம்: புத்தரின் மறைவுக்குப் பிறகு அவருடைய உடல் எச்சங்களை வைத்துக் கட்டப்பட்ட நினைவுச்சின்னங்கள்.

தாந்த்ரீகம் (தந்த்ரம்): வஜ்ராயன மற்றும் மந்த்ராயான பவுத்தங்களில் பயன்படுத்தப்படுகிற சில நூற்கள் மற்றும் குறிப்பான சில சடங்குகள்.

திரிசரணம்: புத்தநெறியாளர்கள் உச்சரிக்கும் சூத்திரம் —புத்தம், சங்கம், தம்மம் ஆகியவற்றில் அடைக்கலமாவதை வெளிப்படுத்துதல்.

தியானம்: விழிப்படையும் நோக்கத்துடன் மனத்தை ஒருங்கு குவிக்கும் முயற்சி —(சம்ஸ்கிருதச் சொல்).

திரிபிடகம்: 'மூன்று கூடைகள்' — பவுத்தப் பாலி மூல நூல்களின் சுத்தம், வினயம், அபிதம்மம் என்கிற மூன்று அடிப்படைப் பிரிவுகள்.

தீகா (தீக நிகாயம்): உப உரை — உரைக்குள் அமையும் கிளை உரை.

தீபவம்சம்: பாலி மொழியில் எழுதப்பட்ட காலவரிசை வரலாறு கூறும் சிங்கள நூல் — தேரவாத வரலாற்றுப் பார்வையை அறிய உதவும் முக்கிய நூல் (கி.பி.5–6ஆம்நூ.).

துக்க(துக்கம்): துயரம், வலி — இருப்பின் (வாழ்வின்) தவிர்க்க இயலாத இயற்கைகளில் ஒன்றாகிய திருப்தியின்மை/முழுமையின்மை.

துசித(லோகம்): 'திருப்தியுற்றவர்கள்' வாழும் விண்ணுலகு —

புத்த நிலையை எட்டு முன்பாகப் போதி சத்துவர்கள் அதற்குரிய மானுடப் பிறப்பை எடுப்பதற்காகக் காத்திருக்கும் மேலுலகு.

தூபம் (ஸ்தூபம்): புத்தரின் மறைவுக்குப் பிறகு அவரது உடல் எச்சங்களைப் பொருத்திக் கட்டப்பட்ட நினைவுச்சின்னங்கள்.

தேரகாதை: சுத்தக பிடகத்தின் குட்டக நிகாயத்திலுள்ள இலக்கிய முக்கியத்துவம் வாய்ந்த 15 நூல்களில் ஒன்று.

தேரவாதம்: 'மூத்தோர்களின் போதனை' —பவுத்தப் பிரிவுகளில் ஒன்று—'ஹீனயானம் எனவும் அழைக்கப்படும் (மற்றது மகாயனம்)—சிறீலங்கா, தாய்லாந்து, பர்மா முதலிய நாடுகளில் பயிலப்படும் பவுத்தம். இந்நெறியைப் பின்பற்றுவோர் தேரவாதிகள் எனப்படுவர்.

தேரிகாதை: குட்டக நிகாயத்தின் 15 நூல்களில் ஒன்று — பிக்குணிகள் இயற்றியவை.

தேவதத்தன்: கோதமரின் மனைவி யசோதரையின் சகோதரன் — புத்தருக்கு இடையூறுகள் விளைவித்தவன் — புத்தரது காலத் திலேயே சங்கத்தில் பிளவு உண்டாக்கியவன் — பவுத்தத்தைக் காட்டிலும் இறுக்கமான துறவு நெறிகளுடன்கூடிய ஒரு மதநெறியை உருவாக்க முயன்று தோற்றவன்.

நடுநிலைப் பாதை(மஜ்ஜிம பதிபாதம்): விழிப்படைவதற்குரிய வழியைப் பொருத்தமட்டில் எல்லாவற்றையும் ஒடுக்கிய கடுந்தவம், எல்லாவற்றையும் இச்சிக்கும் வாழ்க்கை என்கிற இரு எல்லை நிலைகளுக்கும் பதிலாகப் புத்தர் தமது பாதையை இவ்வாறு வகுத்துக்கொண்டார்.

நாகார்ஜுனர்: கி.பி.2ஆம் நூற்றாண்டைச் சேர்ந்த பவுத்த அறிஞர். மாத்யமிக நெறியாளர்.

நான்கு தரிசனங்கள்: 1) முதுமை, 2) நோய், 3) மரணம், 4) துறவு ஆகிய காட்சிகள் அருளப்பெற்ற பிறகு சித்தார்த்த கோதமர் விழிப்பை நாடித் தம் குடும்பத்தையும் சுக வாழ்வையும் துறந்து வெளியேறினார் என்பது பவுத்த நம்பிக்கை.

நான்கு பேருண்மைகள்: விழிப்பு நிலை அடைந்த பின் முதற் பேருரையில் புத்தர் முன்வைத்த நான்கு உண்மைகள். அவை: 1) வாழ்வின் நிபந்தனையாகத் துக்கம் உள்ளது. 2) ஆசை மற்றும் சுயத்தை மய்யமாகக் கொள்வதே துக்கத்திற்குக் காரணம். 3) இவை நீக்கப்படக்கூடியவையே. 4) எண் வழிப்பாதையால்

இவற்றை நீக்க முடியும்.

நிகாயம்: பவுத்தப் பாலி அடிப்படை நூல்கள் மூன்றில் ஒன்றான சுத்த பிடகத்தின் பிரிவு.

நிக்கந்தர்: 'பிணைகளிலிருந்து விடுபட்டவர்' — சமண மதத்தைப் பின்பற்றுவோர்.

நிதான கதை: 'அறிமுகக் கதை' — பாலி மொழி புத்த வரலாற்று நூல் (கி.பி.3ஆம் நூ.)–'ஜாதகக்' கதைகளுக்கான உரைக்கு எழுதப்பட்ட அறிமுகம்.

நிப்பானம்(நிர்வாணம்): பவுத்த நெறியின் இறுதிக் குறிக்கோள் — பற்றி எரிந்துகொண்டுள்ள ஆசை, வெறுப்பு, மருள் என்னும் மூன்று நெருப்புகளையும் ஊதி அணைத்த நிலை. பிறவிச் சூழலிலிருந்து விடுதலை பெற்ற நிலை.

நீலகேசி: ஐஞ்சிறுகாப்பியங்களில் ஒன்று — சமண நூல்

நைரஞ்சனா: ஒரு நதி–இன்றைய 'நிலாஜன்' நதியாக இருக்கலாம் எனவும் 'பல்குனி' நதியாக இருக்கலாம் எனச் சிலரும் கருதுகின்றனர்.

பஞ்சசீலா: புத்தம் வலியுறுத்தும் ஐந்து அறங்கள். 1) கொல்லாமை 2) களவு செய்யாமை 3) பாலியல் மீறல்கள் புரியாமை 4) பொய் சொல்லாமை 5) மதுவருந்தாமை.

பஞ்சவர்க்கத்துப் பிக்குகள்: புத்தரின் முதல் ஐந்து சீடர்கள்.

பசனேதி (பிரசேனஜித்): புத்தர் காலத்தில் கோசல மன்னன் — ஸ்ராவஸ்தியில் வாழ்ந்தவன்.

பப்பஜர்: துறவியர்.

பரி நிப்பானம்(பரி நிர்வாணம்): புத்தர் அல்லது அரகதரின் இறுதி மரணம்.

பரிவ்ராஜகம்: பிட்சை ஏற்று அலைந்து திரியும் துறவு வாழ்க்கை.

பல்லிகன்: ஒரு வணிகன் — முதல் பவுத்தப் பிரச்சாரகர்களில் ஒருவன்.

பஸ்சேக புத்தா (பிரத்யேக புத்தர்): தனித்த புத்தர் — சம்யக் சம்புத்தா' என்கிற கருத்தாக்கத்திற்கு மாறானது.

பாடலிபுத்திரம்: ராஜகிருஹத்திற்கு வடக்கே கங்கைக் கரையில் இருந்த மகத நாட்டு நகரம்–இன்றைய பெயர் பாட்னா.

பாத பீடி: (புத்தரின் பாதத்தைப் பொறித்துக் கட்டப்பட்ட பீடம்.

பாலி (மாகதி): தேரவாத பவுத்த அடிப்படை நூல்கள் எழுதப் பட்டுள்ள வடமொழி —புத்தர் பேசிய மொழி என்பர் — பாகத (பிராகிருத) மொழிகளில் ஒன்று — மகதம் முதலான பண்டைய நாடுகளில் மக்கள் பேசிய மொழி.

பாவா(புரி): புத்தர் தம் கடைசி உணவை உண்ட கிராமம்.

பிக்கு (பிக்ஷு): பவுத்தத் துறவி-தேரவாதம் நடைமுறையிலுள்ள நாடுகளில் புத்த சங்க உறுப்பினர்.

பிக்குணி(பிக்ஷுணி): பவுத்தப் பெண்துறவி.

பிடகம்: 'கூடை' திரிபிடகத்தை இப்படியும் கூறுவர்.

பிம்பிசாரன்: புத்தர் காலத்தில் வாழ்ந்த மகத மன்னன் — சேணிய என்பது இவனது சிறப்புப் பெயர் — புத்த போதனைகளை ஏற்றுக்கொண்டவன்.

பிரம்மன்(ப்ரும்மம்): உயர் கடவுள் நிலை — வேதங்களில் நிறைந் துள்ள மெய்ப்பொருள்-இதனை அறியும்போதே ஒரு ஆத்மா பிறவிச் சூழலிலிருந்து தப்புகிறது என்பது உபநிடதங்கள் கூறும் கருத்து.

பீடிகை: பீடம்—புத்தர் மறைந்து பல காலம் வரை அவரது தாதுக்கள் அடங்கிய தூபங்களும், பாத பீடிகைகளுமே வணங்கப் பட்டன.

புத்தகோஷர்: கி.பி.5ஆம் நூற்றாண்டைச் சேர்ந்த பவுத்த அறிஞர், தேரவாத நெறியுடன் தொடர்புடைய பாலி தர்க்க நூல்களின் ஆசிரியர்.

புத்த சரிதம்: அஸ்வகோஷர் எழுதிய புத்த வரலாற்றுக் காவியம் (கி.பி.2ஆம்நூ)

புத்தர்: விழிப்புற்றவர் — பவுத்த மதத்தை நிறுவிய சித்தார்த்த கோதமரைப் பொதுவில் குறிக்கும் — மகாயன பவுத்தம் கோதமருக்கு முன்பு எண்ணில் புத்தர்கள் வாழ்ந்தாரென ஏற்றுக்கொள்ளும்.

பெரும் பிரிவு: அரண்மனைச் சுகங்களையும் மனைவி மக்களையும் பிரிந்து சித்தார்த்தர் விழிப்பு நாடி வெளியேறிய நிகழ்வு.

பெரும் மறைவு: புத்தரின் மரணம்.

பேலுவா (பேலுவகாமா): வைசாலிக்கருகிலுள்ள ஒரு கிராமம்.

போதி சத்துவர்: புத்த நிலைக்கு முந்திய நிலை — மகாயன

பவுத்தத்தில் புத்த நிலையை நோக்கி விழிப்புற்ற ஒருவர், எல்லா உயிர்களும் இறுதி விடுதலை அடைய உதவுவதற்காகத் தன் நோக்கத்தை ஒத்திவைக்கிறார். இத்தகையோர் போதி சத்துவர் எனப்படுவர்.

போதி மரம்: கோதம புத்தர் விழிப்படையும்போது தவம் புரிந்திருந்த மரம் — புத்த கயை(பீகார்)யில் உள்ளது —அரச மரம்.

ப்ராகிருதம்: மத்திய இந்தோ-ஆரிய மொழிகள் — இவற்றில் ஒன்றான பாலி மொழியிலேயே புத்தர் உரைத்தார்.

ப்ரும்ம சாகம்பதி: பவுத்த மூல நூல்களில் அடிக்கடி காணப்படுகிற தெளிவான பொருள் தெரியாத ஒரு பெயர் — பவுத்தப் பெருங் கடவுள்.

மகதம்: புத்தர் காலத்திய அரசுகளில் ஒன்று.

மகா சம்மதா: பவுத்த மரபுப்படி அரசன் மக்களின் மஹா சம்மதத்தின் படி தேர்ந்தெடுக்கப்பட்டுக் கருத்தொருமிப்பின் அடிப்படையில் ஆட்சி செய்பவன்.

மகாபரிநிப்பானம்: புத்தர் அல்லது அரகதர் அடையும் இறுதி விடுதலை — மரணம்.

மகா வம்சம்: சிங்கள பாலி நூல்-மகா விஹாரையின் வரலாறு கூறுவது — மகாநாமா என்னும் பிக்குவால் எழுதப்பட்டது.

மகாவஸ்து: புத்த வரலாறு கூறும் சம்ஸ்கிருத நூல் (கி.பி.1ஆம் நூ.)

மணிமேகலை: ஐம்பெருங்காப்பியங்களில் ஒன்று —சீத்தலைச் சாத்தனாரால் எழுதப்பட்ட பவுத்தக் காவியம் — சமயக் கணக்கர் திறம் உரைத்த காதையில் பவுத்தக் கருத்துகள் தொகுத்துத் தரப்படுகின்றன.

மல்லர்: இனக்குழு ஒன்றின் பெயர் — இவர்களது வனத்திலேயே புத்தர் பரிநிப்பானம் அடைந்தார் — புத்தரின் உடலை சகல மரியாதை களுடனும் எரியூட்டியவர்களும் இவர்களே.

மஜ்ஜிம பதிபாதம்: நடுநிலைப் பாதை.

மஹா ப்ரஜாபதி: மாயாவதியின் சகோதரி — சுத்தோதனரின் இரண்டாம் மனைவி — சித்தர்த்தரின் வளர்ப்புத்தாய் — கவுதமி என்கிற பெயரும் உண்டு.

மஹாயானம்: 'பெரிய வாகனம்' பவுத்தத்தின் பின்னாளில் கிளைத்த ஒரு முக்கிய பெரிய நெறி.

மாதங்க(ர்): கீழ்ப்பிறப்பாளர் என்கிற பொருளுடைய ஒரு சொல்.

மாத்யமிகர்: மஹாயன நெறியின் இரண்டு பிரிவுகளில் ஒன்றான மத்யாமக (நடுநிலை) நெறியைப் பின்பற்றுவோர்.

மாயா (தேவி)/(மஹா மாயா): சுத்தோதனரின் மனைவி — கோதமரின் தாய். 'மாயா' என்பதற்கும் 'மரியா' என்பதற்குமான ஒப்புமையின் மீது நம் கவனத்தை ஈர்க்கிறார் பால் கேரஸ்.

மாறன்: புத்தத் தொன்மங்களில் வரும் ஆசையூட்டிப் பாதை விலக்கும் ஒரு பாத்திரம்–செமிடிக் மதங்களில் காணப்படும் சாத்தான் அல்லது ஷைத்தானுக்குச் சமமான ஒரு தீமையின் வடிவம் — புத்தரிடம் தோற்றவன்.

மாலுங்க்ய புத்தர்: புத்தரது சீடர்களில் ஒருவர்.

மைத்ரேயே (புத்தர்): 'கருணையால் நிரம்பப் பெற்ற' — இனி வரப் போகும் புத்தர்.

மொக்கல்லானன் (மவுத்கல்யாயனன்): புத்தரின் சிறந்த மாணவர் களில் ஒருவர் — தியான ஆற்றலில் தலை சிறந்தவர்.

யசன்: பனாரஸ் நகரப் பணக்கார இளைஞன் — தொடக்கத்தில் பவுத்தத்திற்கு மாறியவர்களில் ஒருவர்.

யசோதரை (யசோதரா): சித்தார்த்த கோதமரின் இளம் மனைவி — முதல் பவுத்த பிக்குணிகளில் ஒருவர்.

யூத மதம்: யூதர்களின் மதம்.

யோகசாரம்: 'யோக நடைமுறை': மஹாயன பவுத்த பிரிவுகள் இரண்டில் ஒன்று (மற்றது: மத்யாமக).

ராகுலன்: புத்தரின் மகன் — சிறுவனாக இருக்கும்போதே சங்கத்தில் அனுமதிக்கப்பட்டவன் — புத்தரின் முக்கிய சீடர்களில் ஒருவன் — உண்மைத்தன்மை குறித்து புத்தர் அவனுக்கு அளித்த அறவுரை குறிப்பிடத்தக்கது.

ராஜகிருஹம்: மகத நாட்டுத் தலைநகரம்–பிம்பிசாரன் வசித்த நகரம்.

ரோஹிணி ஆறு: சாக்கிய மற்றும் கோலியக் குடியிருப்புகளின் இடையே ஓடிக்கொண்டிருந்த ஆறு.

ரைஸ் டேவிட்ஸ் (திருமதி/திரு): இது முக்கிய பவுத்த அறிஞர்கள். சென்ற நூற்றாண்டின் தொடக்கத்தில் இவர்கள் எழுதிய நூல்கள் முக்கியமானவை. புத்த உரையாடல்களையும் 3 தொகுதிகளாக மொழிபெயர்த்துள்ளனர்.

லட்சுமி நரசு: சென்ற நூற்றாண்டின் தொடக்கத்தில் வாழ்ந்த முக்கிய தமிழ்ப் பவுத்த அறிஞர். இவரது நூல்களால் ஆர்வமுற்ற அம்பேத்கர் 'புத்தரும் அவரது தம்மமும்' நூலை எழுதினார் என்பர்.

லலித விஸ்தாரம்: சம்ஸ்கிருதத்தில் எழுதப்பட்ட முக்கிய பவுத்த அடிப்படை நூல் (கி.பி.2ஆம் நூ) — துசித லோகத்திலிருந்து புத்தர் மானுடராய்ப் பிறந்து தரும சக்கரப் பரிவர்த்தனம் செய்யும் வரையிலான வரலாற்றைக் காவிய பாணியில் சொல்லும் நூல் — தொடக்கக்காலப் பவுத்த நெறிக்கும் மகாயன நெறிக்கும் இடைப்பட்ட நிலையில் உள்ள நூல் — எல்லா மத நூல்களையும் போலவே மிகைபடக் கூறும் பண்புடைய நூல்.

லாமா: பவுத்தத் துறவி அல்லது மதத் தலைவருக்கான திபெத்தியச் சொல்.

லும்பினி: ஒரு (பூங்கா) வனம் — இப்பெயரிலுள்ள இளவரசி ஒருவருக்குச் சொந்தமானதாக இருந்திருக்கலாம்–அன்னை மாயாதேவி புத்தரைக் கரு உயிர்த்த வனம்.

லோகோச்சார புத்தர்: குற்றம் குறைகளுக்கு அப்பாற்பட்ட புத்தர் — மஹாயனக் கருத்தாக்கம்–புத்தரை ஒரு வரலாற்று மனிதராகக் காணும் ஹீனயான நெறிக்கு மாறான கருத்தாக்கம்.

வஜ்ராயன பவுத்தம்: 'வைரம்/மின்னல் வாகனம்'—'வைரம் போன்ற உறுதியான உண்மை' — தாந்த்ரீக பவுத்தத்தின் இன்னொரு பெயர்—திபெத்திய பவுத்தம் — தந்திராயானம் என்ற பெயரும் உண்டு.

விதூதபன்: கோசல அரசன்–பசனேதி மன்னனின் மகன்.

விபாசனா: புத்த தியானம் —உள்நோக்கிய மனக்குவிப்பு — மனப் பயிற்சி.

விழிப்புறுதல்: புத்த நிலையை அடைவது குறித்த பவுத்தக் கருத்தாக்கம் — ஒருவர் தனது சுயத்தின் உண்மை இயல்பை அறிந்துணர்தலின் மூலம் எல்லா இருப்புகளின் இயல்பையும் அறிந்தனுபவித்தல்.

வினயம்: 'சங்க ஒழுங்கு'— வினய பிடகம் என்பது பாலி மூல பவுத்த நூல்கள் மூன்றில் (திரிபிடகம்) ஒன்று — சங்கத்திலுள்ள துறவிகள் ஒழுகும் முறையைச் சொல்லும் நூல்.

விஹாரை (விஹாரம்): புத்த பிக்குகள் தங்குமிடம் —தேரவாத பவுத்தத்தில் பயன்படுத்தப்படும் சொல்.

வேத காலம்: கி.மு.1500 முதல் கி.மு.500 வரைப்பட்ட காலம் — நால் வேதங்கள் இயற்றப்பட்ட காலம்.

வேலுவனம் (வேணு வனம்): ராஜகிருஹத்திலிருந்து ஒரு மூங்கில் காடு — இங்கொரு புத்த விஹாரை (வேலுவன விஹாரை) இருந்தது.

வைபாஷிகம்: தேரவாதப் பிரிவுகளில் ஒன்று.

ஜாதகக் (கதைகள்): புத்தரின் முற்பிறப்பு வரலாறுகள் கூறும் தொகுப்பு.

ஜீவகன் (ஜீவக கவுமார பிருத்தியன்): மகத அரண்மனை வைத்தியன் — பிம்பிசாரனுக்கும் சாலவதிக்கும் பிறந்தவன் என்பர் — புத்தரின் கருத்துகளை ஏற்றவன் — புத்தருக்கும் மருத்துவம் பார்த்தவன்.

ஜேதன்: ஸ்ராவஸ்தி நகர இளவரசன் — இவனுக்குச் சொந்தமான வனம் ஒன்றை அனாத பிண்டிகன் அதிக விலை கொடுத்து வாங்கிப் புத்தருக்குப் பரிசளித்தான் (ஜேதவனம்).

ஸூகர மத்வம்: பன்றி இறைச்சியால் சமைக்கப்பட்ட உணவு — (பார்க்க: சுந்தன்).

ஸென்(பவுத்தம்): ஜப்பானிய பவுத்த நெறிகளில் ஒன்று — சஅன் என்கிற சீனச் சொல்லுக்குரிய ஜப்பானிய மொழிச்சொல் — தியானம் என்கிற சம்ஸ்கிருதச் சொல்லுக்கு ஈடான ஜப்பானியச் சொல்.

ஷெர்பாட்ஸ்கி: பவுத்தத் தர்க்கம் குறித்து விரிவாக ஆய்வு செய்த ரஷ்ய அறிஞர்.

ஹிரண்யவதி: ஒரு ஆறு.

ஹீனயானம்: 'சிறிய வாகனம்' — பார்க்க: தேரவாதம்.

உசாத்துணை

அம்பேத்கர், புத்தமும் அவரது தம்மமும் (தொகுப்பு நூல் எண்:22), சென்னை, 2000.

எதிரிவீர. ஏ (மொ.பெ:பெரியார்தாசன்), புத்த தம்மம்: அடிப்படைக் கொள்கைகள், சென்னை.

கந்தசாமி சோ.ந., பௌத்தம், சென்னை, 1977.

சக்கரவர்த்தி நயினார். அ (பதிப்பு), நீலகேசி, தஞ்சாவூர், 1984.

சாமிநாதயர், உ.வே., புத்த சரித்திரம், பௌத்த தருமம், பௌத்த சங்கம், சென்னை, 1992.

தர்மானந்த கோஸம்பி (மொ.பெ: கா.ஸ்ரீ.ஸ்ரீ), பகவன் புத்தர், கோவை, 2000.

மயிலை சீனி வேங்கடசாமி, பௌத்தமும் தமிழும், திருநெல்வேலி, 1964.

வேங்கடசாமி நாட்டார் ந.மு., ஔவை துரைசாமிப்பிள்ளை, மணிமேகலை, திருநெல்வேலி, 1999.

Ananda K.Coomaraswamy I.B.Horner, *The Great Thought of Gotama The Buddha,* New Delhi, 1993.

Barthelemy Saint Hilarie, *The Buddha And His Religion,* New Delhi, 2002.

Basha, A L, *The Wonder That was India,* New Delhi. 1991.

Burtt EA (Ed), *The Teachings of The Compassionate Buddha,* New York, 1991.

Damien Keown, *Buddhism, A Very Short Introduction,* New York, 1996.

Debi Prasad Chattopadhyaya, Lokayata, New Delhi. 1991.

Edward Conze, *Buddhist Thought in india,* New Delhi, 2002.

Lakshmi Narasu P. *The Essence of Buddhism,* New Delhi 1993.

Michael Carrithens, *Buddha, A Very Short Introduction,* New York, 1996.

Nancy Wilson Rose. *Buddhism, A Way of Life and Thought,* New York, 1981.

Oldenberg, Herman, *Buddha, His Life, His Doctrine, His Order*, New Delhi, 1997.

Paul Carus, *The Gospel of Buddha*, Chennai, 2002.

Rahul Sankrityayan et.al, *Buddhism, The Marxist Approach*, New Delhi. 1981. Rhys Davids TW. *Buddhist India*, Delhi, 1997.

Rhys Davids TW–CAF, *Dialogues of Buddha, (3 Vol)*, Delhi, 2000.

Richard F Gombrich, *How Buddhism Began Malaysia*, 1994.

Romila Thapar, *Ancient Indian Social History*, New Delhi, 1978.

Rupert Gethin, *The Foundations of Buddhism*, New York, 1998.

☸